MAAVILAI

கட்டுமானச் செலவைக் குறைப்பது எப்படி?

KATTUMAANA SELAVAI KURAIPPADHU EPPADI?

Author: Laurie Baker
Translation: Bharath Raju, Aravind Manoharan & Arivukkarasi Manivannan
Proofreading: S. Manivannan
Book design: Charuhassan. P
Cover design & curation: Kaushik Shrinivas

Published by **MAAVILAI™**

9/24, Vegavathi Street, Rajaji Nagar, Villivakkam, Chennai - 600049
+91-9150858008 | anjal@maavilai.com | www.maavilai.com

Translation and cover design © 2022 MAAVILAI
Original English version published by COSTFORD, Thrissur, Kerala.

First edition • Published on March 2022

ISBN: 978-81-955431-4-4
Price: INR 200.00/-

Printed by **Balaji Offset Printers**, Chennai - 600106 | +91-9444242899

அன்புக்குரிய மாவிலைக் குழுவிற்கு,

லாரி பேக்கரும் அவரின் கட்டடக்கலையும் கடைக்கோடி குடிமக்களை சென்று அடைந்து, இந்தியாவில் கட்டடக்கலை எனும் துறைக்கு வேறொரு முகம் கொடுத்தன. வளங்குன்றா கட்டடங்களின் (sustainable building) தேவை, வடிவமைப்பு மற்றும் கட்டுமானம் பற்றி லாரி பேக்கர் தன் கைப்பட எழுதிய, அழகான வரிவடங்கள் கொண்ட நூல்களின் தொகுப்பானது, நம் சமூகத்திற்கு அவர் செய்த பல ஈடு இணையற்ற பங்களிப்புகளில் ஒன்றாகும். மனித குலத்தால் விளைவாகும் காலநிலை மாற்றமும், மோசமான வானிலை நிகழ்வுகளும் உலா வரும் இன்றைய சூழலில், இந்நூல்களில் சொல்லப்பட்டுள்ள சூழல்நலக் கட்டுமான உத்திகளே காலத்தின் தேவையாக உள்ளன.

தமிழகத்திற்கு இத்தகைய மாபெரும் அறிவு களஞ்சிய நூல் தொகுப்பினை, தமிழில் கொண்டு சேர்க்கும் முயற்சியில் ஈடுபட்டுள்ள மாவிலைக் குழுவினருக்கு எங்களது மனமார்ந்த பாராட்டுகள். லாரி பேக்கர் கொள்கைகளின் பின்பற்றாளர்கள் ஆன நாங்கள், தமிழாக்கம் செய்த இந்த நூல்கள் மூலம், அவரின் கட்டுமான அறிவும், அணுகுமுறைகளும் பலருக்கும் எளிதாக சென்றடையும் என நம்புகிறோம். அத்துடன் மக்கள்—அன்பும், ஒற்றுமையும் கலந்த ஒரு புதிய கண்ணோட்டத்துடன் கட்டடங்களைப் பார்க்கத் துவங்குவதற்கும் இந்நூல்கள் விதையாக இருக்கும் என நாங்கள் நம்புகிறோம். மாவிலைக் குழுவிற்கு எங்களது இதயம் கனிந்த நன்றிகளையும் பாராட்டுகளையும் தெரிவித்துக் கொள்கிறோம். வளங்குன்றாமையை நடைமுறை ஆக்கும் உங்களின் எண்ணற்ற புதிய முயற்சிகளை ஆதரிக்க ஆவலாய் காத்து இருக்கிறோம்.

இங்ஙனம் வாழ்த்தும்,

P.B. சாஜன் மற்றும் R.D. பத்மகுமார்
COSTFORD and Laurie Baker Centre for Habitat Studies

நவம்பர், 2021
திருவனந்தபுரம்

நன்றியுரை

என் மீது நம்பிக்கை வைத்து மாவிலைக் கனவை நனவாக்கிய அரவிந் மனோகரன், பரத் ராஜு, சாருஹாசன், நிஷா சத்தியசீலன் மற்றும் முகமது ரிஸ்வான் கானுக்கும்;

தனது தமிழ் திறனால் இம்முயற்சிக்கு உயிரோட்டம் கொடுத்த அறிவுக்கரசி மணிவண்ணனுக்கும்;

தங்களின் நம்பிக்கைகளையும், கனவுகளையும் இந்தக் கூட்டுமுயற்சிக்குள் கொண்டு வந்த ஜாசிம் மீரான் மற்றும் ஜெயஸ்ரீக்கும்;

எங்கள் கனவுகளை தங்களுடையதாக்கி, நாங்கள் தளராமல் இயங்குவதற்கு தங்களால் இயன்றவற்றை செய்த திருபுரசுந்தரி செவ்வேளுக்கும்;

எங்கள் கனவில் அர்த்தம் கண்டு எங்களோடு சேர்ந்து பணியாற்றிய ச.மணிவண்ணன் ஐயாவுக்கும்;

இந்த கனவு நனவாகும் பயணத்தில் எனக்கு எந்நேரமும் பக்கபலமாய் இருந்து, ஈடு இணையற்ற ஆதரவு அளித்த தினேஷ் ஜெயச்சந்திரன் மற்றும் ஐஸ்வரியா சுப்பையாவுக்கும்;

என்னையே எனக்கு அடையாளம் காட்டி என் மீது எல்லையற்ற அன்பு வைத்திருக்கும் அக்னிஷா தியாகராஜனுக்கும்;

வரைவு நூல்களைப் படிக்க ஒப்புக் கொண்டு மகத்தான கருத்துகளை பகிர்ந்த என் அம்மா சுஜாதா, பேராசிரியை ருக்மணி மற்றும் நண்பர் ரமேஷுக்கும்;

மாவிலை இயங்க எந்நேரமும் தங்களின் கதவுகளைத் திறந்து வைத்திருந்த அகம் புறம் குழுவினருக்கும்;

இந்த புத்தகங்களை வெளியிட இடமளித்து உதவும் தக்ஷிணசித்ராவுக்கும்;

என் மீது அளவற்ற நம்பிக்கை வைத்திருக்கும் என் குடும்பத்தினருக்கும்—குறிப்பாக துவக்க முயற்சியாக துளிர்விட்ட மாவிலையை ஓர் நிறுவனமாக கட்டமைக்க உதவிய என் அப்பா கஸ்தூரி ரங்கனுக்கும்; தன்னால் இயன்ற உதவிகளை செய்த என் தங்கை சினேகாவுக்கும்;

இந்த முயற்சியின் துவக்கத்திலிருந்தே ஊக்கமளித்து ஆதரித்து வந்த COSTFORD அமைப்பின் சாஜன் ஐயாவுக்கும் பதம்குமார் ஐயாவுக்கும்;

எங்களின் பதிவுகளைப் பகிர்ந்து, நாங்கள் கனவுக் காணாத அளவுக்கு ஓர் உயரத்தை அடைய எங்களுக்கு உதவி வரும் எங்களின் சமூக வலைத்தளப் பக்கங்களின் பின்பற்றாளர்களுக்கும்;

இறுதியாக, எங்கள் முயற்சியில் ஆர்வம் காண்பித்து இந்தப் புத்தகத்தை படித்துக் கொண்டிருக்கும் உங்கள் ஒவ்வொருவருக்கும்;

எங்களின் முயற்சியின் மீதும், என் மீதும் அளவற்ற நம்பிக்கை வைத்ததற்கு என் மனமார்ந்த நன்றிகளைத் தெரிவித்துக் கொள்கிறேன். உங்கள் ஒவ்வொருவரின் பங்களிப்பு இல்லையெனில் இன்று மாவிலைத் துளிர்விட்டு இருக்காது.

ஒரு கல்லூரி மாணவனாக நான் இருந்த போதில் இருந்தே, கட்டடக்கலை துறையானது, மேல் தட்டு மக்களுக்கு மட்டும் பயனுள்ளதாக இருக்கிறதோ என்று பல முறை யோசித்துள்ளேன். முக்கியமாக இந்தியா போன்ற நாடுகளில் இன்றளவிலும் பல இலட்சம் குடும்பங்களுக்கு வீட்டுவசதி இல்லாத ஒரு சூழ்நிலை இருக்கையில், ஒரு சிலர் மட்டுமே நம் வளங்களை அழித்து ஆடம்பரமாக வீடுகள் கட்டிக்கொள்வது எந்த விதத்தில் நியாயம் என்று எனக்கு நானே பல முறை வினவிக் கொண்டுள்ளேன். மேலும்—காடுகள், மலைகள், ஆறுகள் போன்ற நமது இயற்கை வளங்களை கட்டுமானத்திற்காக அழித்துக் கொண்டே வந்தால், இனி வரும் தலைமுறையினருக்கு என்ன தான் எஞ்சி இருக்கும் என்பதைப்

பற்றியும் நான் சிந்தித்துள்ளேன். என்னுடைய இந்த அனைத்து கேள்விகளுக்கும் பதில் அளித்து, இம்மாதிரியான ஒரு நெருக்கடியை எப்படி கையாள்வது என்று என்னைப் போல் சிந்திக்கும் எண்ணற்ற இளைஞர்களுக்கு ஒரு வழிகாட்டியாக திகழுபவர் தான் லாரி பேக்கர்.

என்னைப் பொறுத்தவரை லாரி பேக்கரை ஒரு கட்டடக்கலைஞராக மட்டும் அடையாளப்படுத்த முடியாது. உண்மையில் அவர் ஒரு மனிதநேயவாதி; கட்டடக்கலையை ஒரு கருவியாக மட்டும் பயன்படுத்தி மக்களுக்காக பணிபுரிந்து வந்தார். கேரளாவில் மட்டுமல்லாமல், இந்தியா முழுவதிலும் இருக்கும் வீடற்ற குடும்பங்களுக்கு வீட்டுவசதி அமைத்துத் தர, அவரால் இயன்ற முயற்சிகளை செய்தார். அம்முயற்சிகளை வளங்குன்றாமை (sustainability) எனும் கோட்பாட்டின் அடிப்படையிலும் மேற்கொண்டார். அப்படி அவர் எடுத்த எண்ணற்ற முயற்சிகளில் ஒரு முயற்சி தான் இந்த புத்தகத் தொகுப்பு.

இந்த புத்தகங்கள் அனைத்தும் பயன் செலவு கட்டடங்களைக் கட்டமைப்பதற்கான உத்திகளை எளிய வரிவடிவங்கள் மூலம் விவரிக்கின்றன. முதலில் ஆங்கிலத்தில் வெளியிடப்பட்ட இந்தப் புத்தகங்கள், கட்டடக்கலைஞர்களுக்கு மட்டுமல்லாமல், புது வீடு கட்ட நினைக்கும் சாதாரண மக்களுக்கும் பயனுள்ளதாக இருக்கின்றன. மேலும், இப்படிப்பட்ட ஒரு அறிவு களஞ்சியத்தை ஆங்கிலத்திலிருந்து அவரவர் தாய்மொழியில் மொழிப்பெயர்த்தால், அனைத்துத் தரப்பு மக்களையும் இது எளிதில் சென்றடையும் என்ற நம்பிக்கையிலேயே, மாவிலைக் குழுவினராகிய நாங்கள் இதை தமிழாக்கம் செய்துள்ளோம்.

தமிழின் மீது எனக்கு இருக்கும் பற்றும், அனைவருக்கும் சமமாக கல்வி சென்றடைய வேண்டும் என்ற எனது ஆசையும், வளங்குன்றா கட்டடக்கலை மீது நான் கொண்ட ஆர்வமும் ஒன்றிணைந்து என்னை ஊக்கப்படுத்தியதன் வெளிப்பாடே மாவிலை என்ற இந்த முயற்சி. லாரி பேக்கரின் அறிவு களஞ்சியமான அவரின் நூல்களைத்

தமிழாக்கம் செய்வதன் மூலம் இம்முயற்சியை தொடங்குவதில் நாங்கள் பெருமைக் கொள்கிறோம்.

அன்பும், ஒற்றுமையும் கலந்த ஒரு புதிய கண்ணோட்டத்துடன் மக்கள் கட்டடங்களைப் பார்ப்பதற்கென, மாவிலை என்ற எங்களது இந்த முயற்சி ஒரு விதையாக இருக்கும் என நாங்கள் நம்புகிறோம். இந்த முயற்சி நீண்ட காலம் தொடரவும், இதன் மூலம் தொடர்ந்து பல நூல்களை தமிழாக்கம் செய்யவும் உங்களது அன்பையும் ஆதரவையும் நாங்கள் கோருகிறோம். ஏதேனும் வகையில் எங்களுடைய இந்த முயற்சியானது உங்களை சிந்திக்க வைத்திருந்தால், கடைசிப் பக்கத்தில் கொடுக்கப்பட்டுள்ள எங்களின் மின்னஞ்சல் முகவரியின் வழியாக உங்களின் மகத்தான கருத்துகளைத் தெரிவிக்கலாம்.

இந்தப் புத்தகத்தைப் பெற்று படிப்பதன் மூலம் எங்கள் மனங்களில் நம்பிக்கை விதைக்கும் உங்கள் ஒவ்வொருவருக்கும், மீண்டும் ஒரு முறை எனது மனமார்ந்த நன்றிகளைத் தெரிவித்துக் கொள்கிறேன்.

கௌஷிக் ஸ்ரீநிவாஸ்
நிறுவனர்
மாவிலை
பிப்ரவரி, 2022

I
கட்டுமான வடிவமைப்பு

கேரளாவில் வீடற்ற குடும்பங்களுக்கு, குறைந்த விலையில், பயனுள்ள, ஏற்றுக்கொள்ளத்தக்க வீடுகளுக்கான திட்டங்களை கட்டமைக்க, இந்த புத்தகம் உருவாக்கப்பட்டுள்ளது. இந்த புத்தகத்தில் உள்ள பெரும்பாலான தகவல்கள், இந்தியாவின் பல பகுதிகளுக்கும் பொருத்தமானதாக இருக்கலாம். கேரளாவில் பாலைவனங்களும், கரிசல் மண் நிலமும் இல்லை என்றாலும், இந்த புத்தகத்தில் உள்ள சில பிரிவுகள், இம்மாதிரியான கடுமையான பகுதிகளில் கூட எவ்வாறு வீடுகளைக் கட்டமைக்கலாம் என்று பரிந்துரைக்கின்றன. அதனால், இந்தியாவில் ஒருவர் எங்கு வீடு கட்டினாலும், இந்த புத்தகம் உதவியாக இருக்கும் எனலாம். சூறாவளிகள், வெள்ளம், பூகம்பங்கள், நிலச்சரிவுகள் போன்ற இயற்கை சீற்றங்களால் பாதிக்கப்பட்ட வீடுகளை மறுசீரமைத்து மீண்டும் கட்டியெழுப்புவதற்கும் இந்த புத்தகம் உதவியாக இருக்கும்.

இப்புத்தகத்தில் குறிப்பிடப்பட்டுள்ளவை அனைத்தும் கடந்த அரை நூற்றாண்டுகளாக என்னால் இந்தியாவில் பயன்படுத்தப்பட்டு சோதிக்கப்பட்டவை ஆகும்.

முதல் வரைபடம் நடைமுறையில் உள்ள திட்டமிடப்படாத ஒரு குடியேற்றத்தைக் காண்பிக்கிறது. இது குடியிருப்பவர்களால் கையில் கிடைக்கும் பொருட்களைக் கொண்டு எந்த திட்டமிடலும் இல்லாமல் கட்டமைக்கபட்டது.

இரண்டாவது வரைபடத்தில் உள்ள 'நவீன' குடியேற்றம், நீண்ட நேரான வரிசைகளில், சிமிட்டி சாலைகள் மற்றும் கூரைகளுடன், ஒரே மாதிரியான பெட்டிகளைப் போல் திட்டமிடப்பட்டு உருவாக்கப்பட்டுள்ளது.

மூன்றாவது வரைபடம், ஒரு குடியேற்றம் எப்படி தோற்றமளிக்கலாம் என்பதைக் குறிக்கிறது. இது மிகக் குறைவான செலவில், சமமான பரப்பளவில் கட்டமைக்கப்பட்ட வீடுகளை கொண்டது. ஆனால் இது வீட்டார்களாலேயே அவரவர் தேவைக்கேற்ப தேர்ந்தெடுக்கப்பட்ட, வெவ்வேறு திட்டங்கள் மற்றும் வடிவமைப்புகளை உள்ளடக்கியது. வீடுகள் அனைத்தும் தொகுப்புகளாக, வேலை, விளையாட்டு மற்றும் பொழுதுபோக்கிற்காக ஒரு பொதுவான பகுதியுடன் இணைத்து வடிவமைக்கப்பட்டுள்ளன. ஒவ்வொரு தொகுப்பும் சாலைகளுடன் இணைகிறது.

பாரம்பரியம் மற்றும் நவீனம்

இதைப் பாரம்பரியம் மற்றும் நவீன கட்டடக்கலை வடிவங்களுக்கு இடையேயான ஒரு மோதலாக கருதக்கூடாது. குறிப்பாக இந்தியாவில், பாரம்பரிய இந்திய கட்டடக்கலை என்று ஒன்றும் இல்லை. ஒவ்வொரு மாவட்டத்திற்கும் அதனதன் சொந்த பாரம்பரியங்கள் உள்ளன. ஆயிரக்கணக்கான ஆண்டுகளாக, சோதனை செய்து பிழை திருத்தல் மூலம், கட்டடக்கலையில் உள்ள பல காரணிகளை எவ்வாறு பயன்படுத்திக் கையாள்வது என்பதை மக்கள் கற்றுக் கொண்டுள்ளனர். மனை இடம், இடவியல், புவியியல், காலநிலை, தாவரங்கள், உள்ளூர் பொருட்கள், மதம், கலாச்சாரம், வாழ்க்கை முறை மற்றும் உள்ளூர் மக்களின் தொழில் போன்ற காரணிகளைக் கொண்டு பாரம்பரிய கட்டுமானங்கள் வடிவமைக்கப் பட்டன. நாளடைவில் திருப்தி தராத கட்டுமான பொருட்கள் நிராகரிக்கப்பட்டன. திருப்திகரமான தீர்வுகளை கண்டறியும் வரை மாற்று வழிகள் முயற்சிக்கப்பட்டன. ஆகவே, அறிவியல் மற்றும் தொழில்நுட்பத்துடன் கூடிய பல நூற்றாண்டுகளின் சோதனை முடிவுகளைக் காரணமின்றி கைவிடுவது முட்டாள்தனமாகத் தெரிகிறது.

இவை பொதுவான வட்டார கட்டடக்கலை பாணிகள். வடக்கில் இமயமலை பகுதியில் உள்ள கட்டக்கலை பாணி மேல் உள்ளப் படத்தில் உள்ளது. தெற்கில் கேரளாவில் உள்ள கட்டக்கலை பாணி கீழுள்ள படத்தில் உள்ளது.

மேலே உள்ள ஓவியம் 'நவீன', மேற்கத்திய கட்டடக்கலை பாணிகளில் ஒன்றைக் குறிக்கிறது. இப்போது இது இந்தியாவின் கிழக்கு, மேற்கு, வடக்கு, தெற்கு மற்றும் நடுப்பகுதிகளிலும் தென்படுகிறது. இது செலவு, ஆற்றல், இடவியல், நிலப்பரப்பு, காலநிலை, கலாச்சாரம், மதம், தொழில்கள் மற்றும் உள்ளூர்வாசிகளின் வாழ்க்கை முறைப் பற்றி எந்த விதமான அக்கறையும் இல்லாமல் வடிவமைத்து கட்டப்படும் ஒன்று.

பனை, தென்னை ஓலை மற்றும் புல் வேய்ந்த கூரைகள் குளுமையான உட்புற சூழலைக் கொடுக்கிறது. ஆனால் இவை ஒவ்வொரு ஆண்டும் மாற்றி அமைக்கப்பட வேண்டும். இதைத் தடுப்பதற்கான வழிகளும் உண்டு. மேலும், இவற்றைக் கொண்டு விரிவாக்கங்கள் செய்வதும் எளிது.

ஓட்டுக் கூரைகளைக் கொண்டும் எளிதாக விரிவாக்கம் செய்யலாம். ஆனால் மர வேலை இருப்பதால் அதிகமாக செலவாகும்.

நவீன வலைக்காரை (ferro-cement) மற்றும் பிற கற்காரை (concrete) கூரை அமைப்புகள் சூரியனில் இருந்து, அதிகளவில் வெப்பத்தை உறிஞ்சி தக்கவைத்து கொள்கின்றன. வெப்ப மாற்றத்தினால் கூரைகள் தொடர்ந்து விரிவதாலும் சுருங்குவதாலும், அவற்றில் விரிசல்கள் ஏற்பட்டு அதன் மூலம் தண்ணீர் கசியும்படி ஆகின்றது. இம்மாதிரியான ஒரு வீட்டில் விரிவாக்கங்கள் செய்வது கூட கடினமாகும். மேலும் அவை 'நவீன' தோற்றத்தை மேம்படுத்துவதும் இல்லை.

மைய வீடு

ஒரு மைய வீட்டின் கூரைகள், கதவுகள், சாளரங்கள், அறைகள் போன்ற அனைத்தையும் விரிவாக்கங்கள் செய்வதற்கு ஏற்றவாறு திட்டமிடலுடன் வடிவமைத்து, சரியான இடங்களில் அமைக்க வேண்டும்.

முதலில் கட்டப்படும் மைய வீடு, மனை இடத்தில் எல்லா பக்கங்களிலும் விரிவாக்கங்களுக்கான இடைவெளியுடன், சட்ட திட்டங்களுக்கு உட்பட்டு, அவற்றை மீறாமல் கவனமாக கட்ட வேண்டும்.

மாடி மைய வீடு

பிற்காலத்தில் விரிவாக்கங்கள் செய்ய, ஒரு சிறிய மனை இடத்தில் போதுமான இடம் இருக்காது. அதனால் முதல் தளத்தில் (மாடியில்) விரிவாக்கம் செய்வதற்கு ஏற்றவாறு வீட்டை நீங்கள் திட்டமிடலாம். உங்கள் தரை தளத்தில் தட்டையான கூரை முறையை பயன்படுத்தினால் மட்டுமே மாடியில் அறைகள் கட்ட முடியும். முதல் தளத்திற்கு செல்வதற்கான மாடிப்படியை தொடக்கத்திலே திட்டமிட்டு கட்ட வேண்டும்.

தரை தளம்

உங்கள் மனை இடம் சிறிதாகவும், உங்கள் நிதிகள் குறைவாகவும் இருந்தால், முதலில் தரைதளத்தை மட்டும் கட்டுங்கள். ஆனால் மேல் தள அறைகளுக்கும், மொட்டை மாடிக்கும் செல்ல மாடிப்படியை முன்பே கட்டி அமைக்க வேண்டும். இந்த முதல் தள விரிவாக்கத்திற்கு தரை தளத்தின் செலவில் ஏறத்தாழ பாதி அளவே செலவாகும்.

1 வாழ்வறை 2 சமையல் அறை 3 படுக்கை அறை

எதிர்கால மேல் தள விரிவாக்கம்

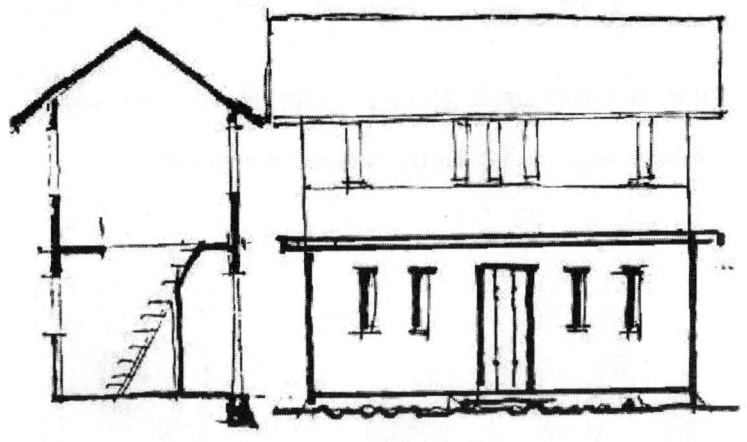

எதிர்கால முதல் தளம்

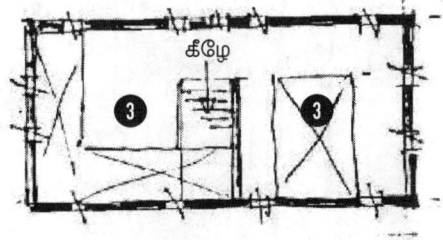

தரை தளம்

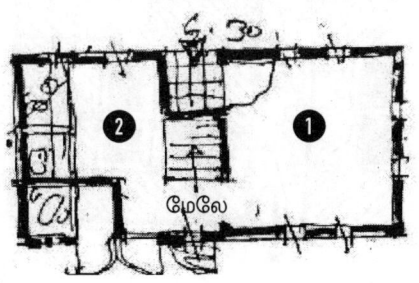

எல்லா மனைகளும் ஒரே பரப்பளவைக் கொண்டவை.

எல்லா வீடுகளும் ஒரே பரப்பளவைக் கொண்டவை.

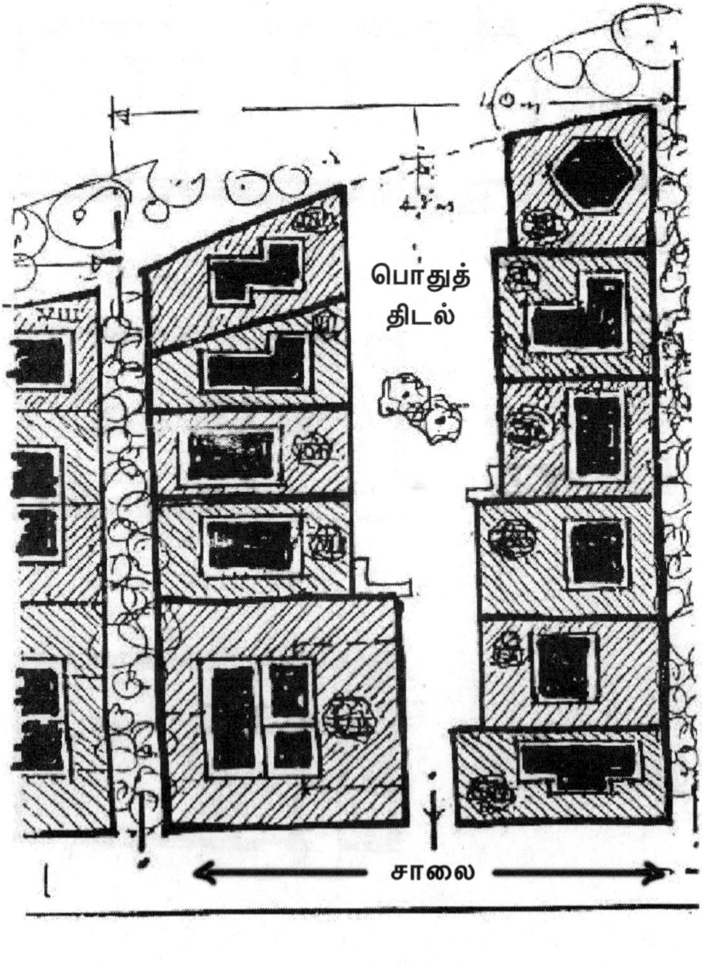

பொதுத் திடல்

சாலை

வீட்டுத் தொகுப்புகளின் வழியாக அடிப்படை சாலைகளை அமைக்க வேண்டும்.

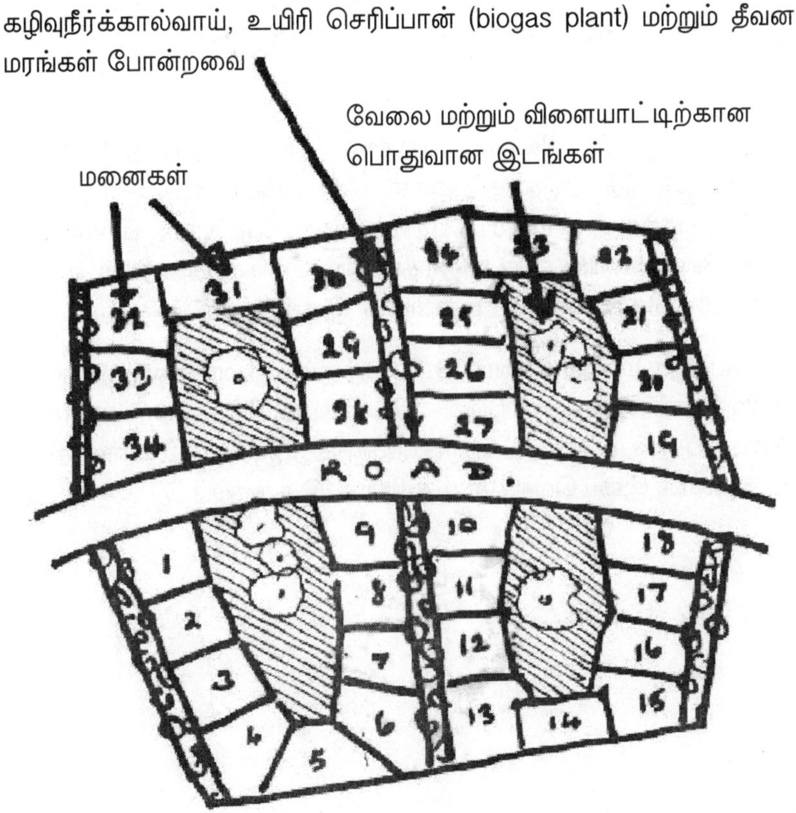

கழிவுநீர்க்கால்வாய், உயிரி செரிப்பான் (biogas plant) மற்றும் தீவன மரங்கள் போன்றவை

மனைகள்

வேலை மற்றும் விளையாட்டிற்கான பொதுவான இடங்கள்

வேலை மற்றும் விளையாட்டிற்கான பொது திறந்தவெளியைச் சுற்றி வீட்டுத் தொகுப்புகளை திட்டமிட்டால், வாகனங்கள் நிறுத்துவதற்கும், சாலை நீளத்தை குறைப்பதற்கும், பலதரப்பட்ட வீட்டு வடிவமைப்புகளை அனுமதிப்பதற்கும், சுற்றத்தாரிடம் எளிதில் தொடர்பு கொள்வதற்கும் உதவியாக இருக்கும்.

எரிபொருள் மற்றும் தீவனம் சேமிப்பதற்கும், பழ மரங்கள் நடுவதற்கும், கழிவுநீர்க்கால்வாய் மற்றும் பொது உயிரி செரிப்பான்களை அமைப்பதற்கும், வீட்டுத் தொகுப்புகளுக்கு இடையில் உள்ள திறந்த குறுகலான இடைவெளிகள் உதவியாக இருக்கும்.

1 வாழ்வறை 2 சமையல் அறை 3 படுக்கை அறை 4 கழிவறை

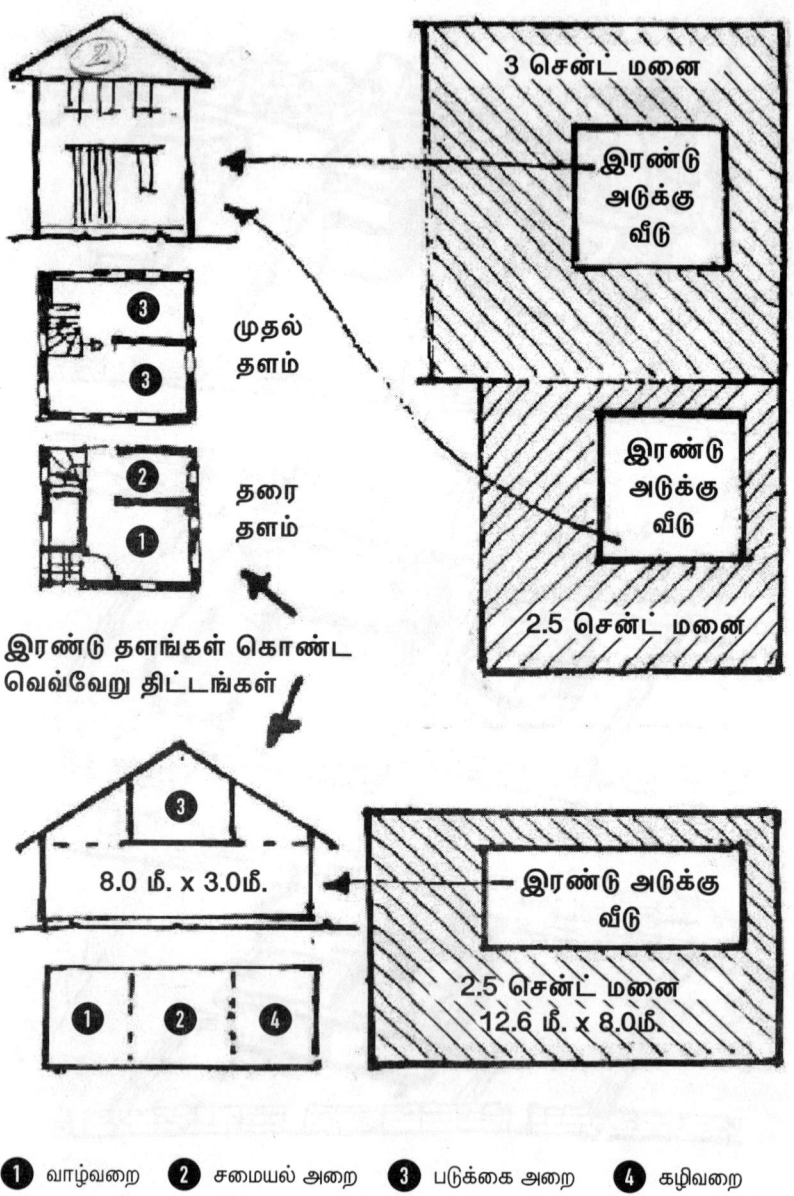

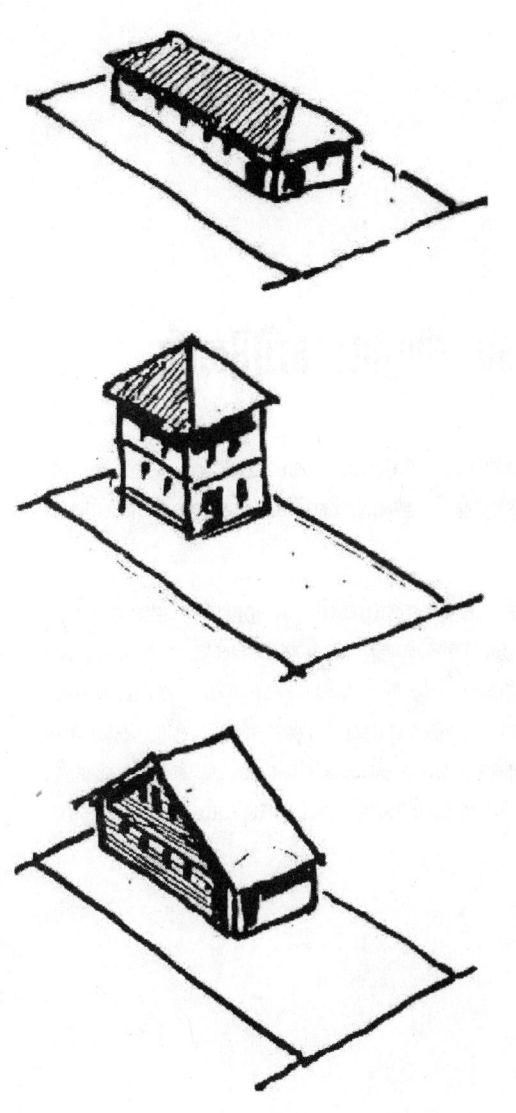

சிறிய மனையில் ஒரு முழு வீட்டினை தரை தளத்தில் மட்டும் அமைத்தால், அவ்வீட்டினைச் சுற்றி செடிகள் வைப்பதற்கு குறைந்த இடமே கிடைக்கும்.

இது அதே அளவிலான மனையில் கட்டப்பட்டுள்ள மாடி வீட்டின் வரைபடம்.

மாடி வீடுகள் மற்றும் பரண் வகை வீடுகளை அமைத்தால், குடியிருப்பவர்கள் பயன்படுத்துவதற்கு வீட்டைச் சுற்றி அதிக அளவில் திறந்தவெளி கிடைக்கும்.

சிறிய மனையில் சிறிய வீடுகள்

சிறிய மனைகளில் தனித் தனியாக வீடுகளை கட்டினால், ஒவ்வொரு வீட்டைச் சுற்றியும் குறைந்த அளவிலேயே திறந்தவெளிகள் கிடைக்கும்.

எடுத்துக்காட்டாக, மூன்று சகோதரர்கள் மற்றும் அவர்களது குடும்பங்கள் இருக்கும்போது, (அல்லது 3 நெருங்கிய நண்பர்கள்) மூன்று வீடுகளையும் சேர்த்து ஒரு தொகுப்பாக கட்டினால், ஒவ்வொரு குடும்பத்திற்கும் அதிகமான அளவில் திறந்தவெளி கிடைக்கும். மேலும், கீழே தரை தளத்தில் உள்ள வீட்டின் அளவுக்கு, மேலே முதல் தளத்தில் ஒரு பெரிய மொட்டை மாடியும் கிடைக்கும்.

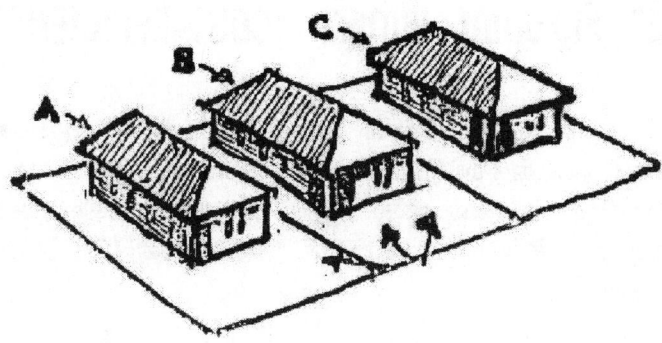

இங்கே 3 சிறிய மனைகளில் தனித்தனியாகக் கட்டப்பட்ட 3 வீடுகள் உள்ளன.

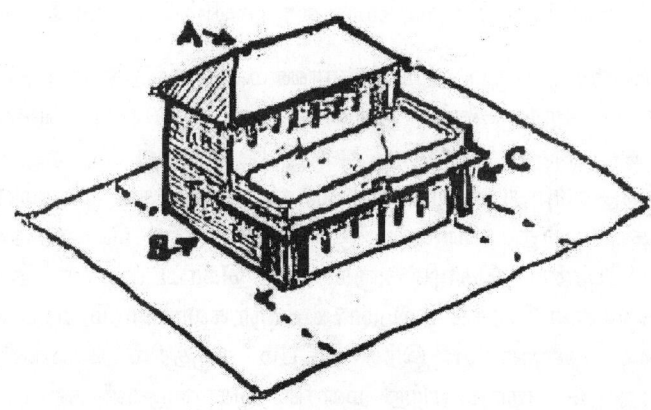

அதே 3 மனைகளில், 3 வீடுகளையும் ஒன்றாக சேர்த்து, மாடியுடன் கூடிய ஒரு தொகுப்பாக கட்டினால், மேலும் அதிகமான அளவில் திறந்தவெளி கிடைக்கும்.

பயன் செலவு திறன் (COST-EFFICIENCY)

நாட்டில் பல லட்சக்கணக்கான வீடற்ற குடும்பங்கள் இருப்பதால், பணத்தை தேவைக்கு மட்டுமே செலவிட வேண்டும். இவை எதுவுமே ஆடம்பரத்திற்கு ஆனவை அல்ல. இதற்கென நாம் மனதில் கொள்ள வேண்டிய பல காரணிகள் உள்ளன. அதில் ஒன்று, கட்டுமானப் பொருட்கள்.

நாம் பயன்படுத்த விரும்பும் பொருட்கள் உள்ளூரில் கிடைக்குமா? இல்லையென்றால் அதன் போக்குவரத்து செலவுகளை நாம் ஏற்று கொள்ள முடியுமா? உள்ளூரில் கிடைக்கக்கூடிய பொருட்களை மட்டுமே நம்மால் முடிந்தவரை பயன்படுத்த முடியுமா?

நாம் எப்போதும் வீட்டு உரிமையாளரை மனதில் கொள்ள வேண்டும்.

உரிமையாளர் பொரும்பாலும் சாதாரண மனிதராகத் தான் இருப்பார். அவரை சார்ந்திருக்கும் அனைவருக்கும் வீட்டில் வசதியான வாழ்வு கிடைக்குமா? பின்னர், அவரது பிள்ளைகள் வளர்ந்து பணம் சம்பாதிக்கும்போது அவர்களால் வீட்டை விரிவாக்க முடியுமா? வீடு வலுவாகவும், பாதுகாப்பாகவும் இருக்குமா? தச்சு வேலை அல்லது நெசவு போன்ற தொழில்களுக்காக, கொட்டகைகள் அல்லது திண்ணைகளை சேர்க்க முடியுமா? உள்ளூர் கலாச்சாரம், மதம் மற்றும் வாழ்க்கை முறைகளை இந்த திட்டம் கருத்தில் கொள்கிறதா? நீர் மற்றும் சுகாதாரம் பற்றி மனதில் கொண்டுள்ளீர்களா? வீட்டு மனையை எவ்வாறு அணுகுவது?

பயன் செலவு திறனுடன் வீடு அமைக்க வேண்டும் என்ற நம் நோக்கம் மேற்குறிப்பிட்ட எல்லா கேள்விகளையும் உள்ளடக்கியதாக இருக்க வேண்டும்.

Laurie Baker

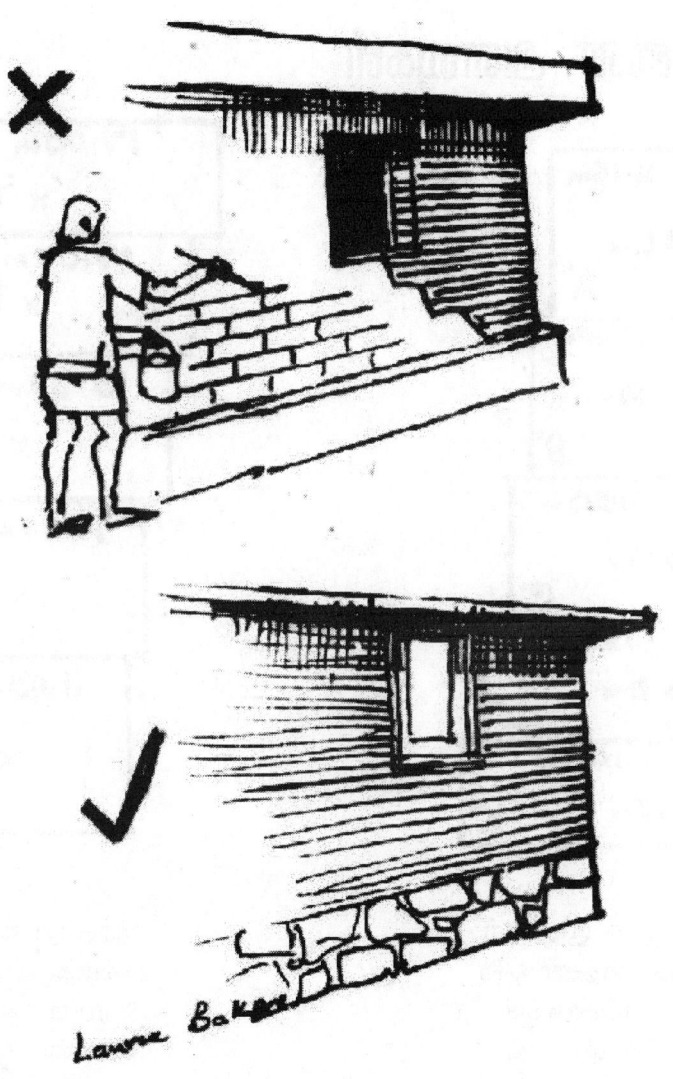

மனை அளவுகள்

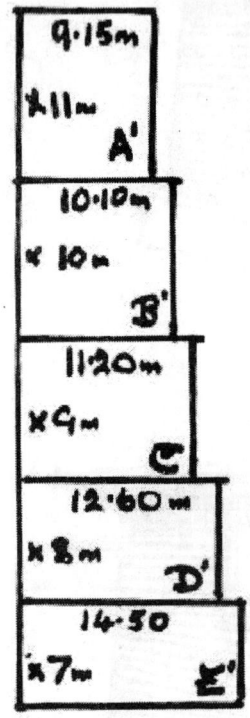

இந்த இடங்கள் அனைத்தும் ஒரே பரப்பளவைக் கொண்டவை - 2.5 சென்ட்

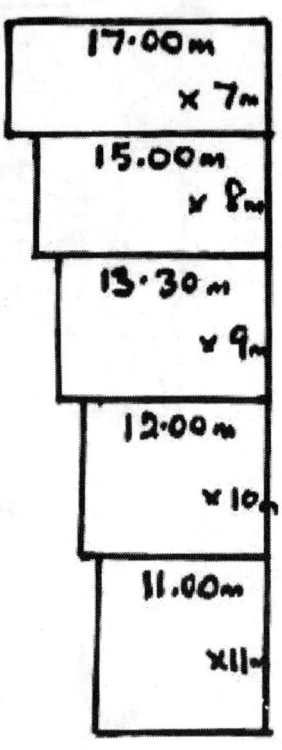

இந்த இடங்கள் அனைத்தும் ஒரே பரப்பளவைக் கொண்டவை - 3 சென்ட்

மனையின் வடிவம் எப்போதும் சதுரமாக அல்லது செவ்வகமாக (RECTANGLE) இருக்க வேண்டும் என்ற அவசியம் இல்லை.

பெரும்பாலும், சமூக வீட்டுவசதி திட்டங்களுக்கு கிடைக்கக்கூடிய பல நிலங்கள் ஒழுங்கற்ற நிலமாகவும், கழிவுப்பொருட்கள் கொட்டப்படும் நிலமாகவும், சிறிய குளங்கள் அல்லது கழிவு நீர் தேங்கி இருக்கும் நிலமாகவும் தான் இருக்கும். இந்த இடத்தில் எதாவது மரங்கள் இருந்தால், நாம் அதை வெட்டாமல் மரத்தை உள்ளடக்கி திட்டமிட வேண்டும். இந்த மனைகளும் முந்தைய பக்கத்தில் உள்ள மனைகளின் அதே பரப்பளவைக் கொண்டவை.

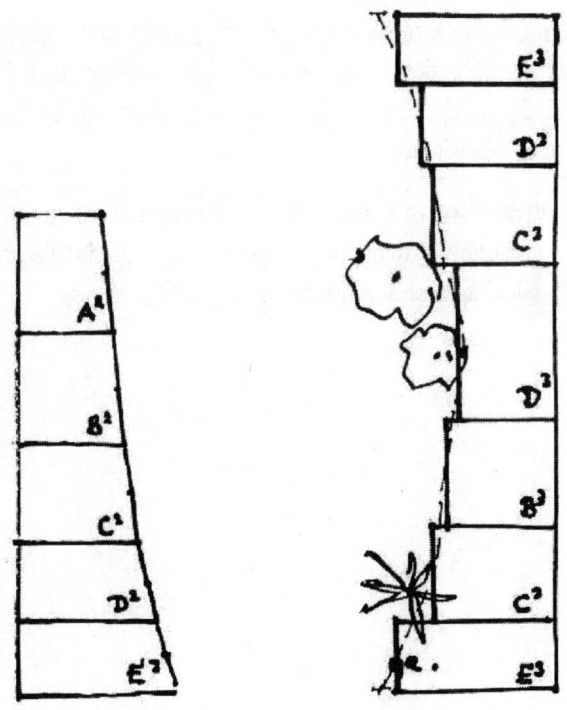

வீட்டு திட்டப்படத்தின் அளவுகள்

பெரும்பாலும், அதிகாரிகள் மற்றும் நிறுவனங்கள், இந்த மக்கள் கட்ட விரும்பும் வீடுகளின் அளவுகளில் கட்டுப்பாடுகள் விதிக்கின்றனர். அதனால் 20மீ^{2}., 25மீ^{2}., 30மீ^{2}. (சதுர மீட்டர்) போன்ற பரப்பளவுகளில் இவை கட்டப்படுகின்றன.

இவ்வளவு சிறிய அளவுகளில் திட்டமிடுபவர்களால் மட்டும் என்ன செய்திட முடியும்? இதன் காரணமாக, இவ்வீடுகளை ஒரே மாதிரியான பெட்டி வகை வீடுகளாக கட்ட நேர்கிறது.

இதுபோன்ற சிறிய இடங்களில் கூட பல வடிவங்களில், வீடுகளை கட்டமைக்க முடியும் என்பதைக் காட்ட பின்வரும் பக்கங்கள் உள்ளன. எடுத்துக்காட்டாக இருபது வெவ்வேறு வடிவங்கள் காட்டப்பட்டுள்ளன. இவை அனைத்தும் தோராயமாக 20மீ^{2}. பரப்பளவு கொண்டவை.

இந்த பக்கங்களின் முக்கிய பொருள்—ஒரே ஒரு முன்மாதிரி வீட்டின் திட்டப்படத்தை வைத்து, எல்லா மனைகளிலும் ஒரே மாதிரியான வீடுகளை கட்டுவது ஏற்றுக்கொள்ளத்தக்கது அல்ல என்பதே ஆகும்.

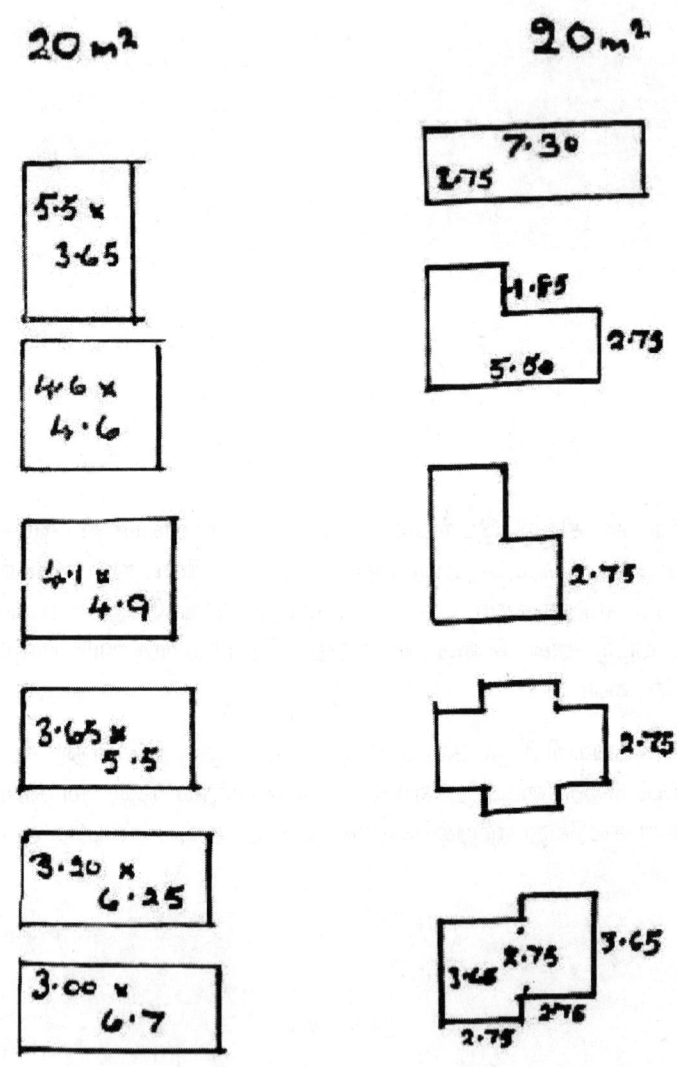

(1m²/சதுர மீட்டர் = 10.76ft²/சதுர அடி)

கீழே உள்ள இந்த வடிவங்கள் அனைத்தும் சுமார் 20மீ². பரப்பளவு கொண்டவை. மேலும், பின்வரும் பக்கங்களில் ஒவ்வொரு விதமான மனையிலும் குடியிருப்பாளரின் தேவையை பொறுத்து வெவ்வேறு வகையில் அறைகளின் வடிவங்கள் மற்றும் அளவுகள் மாறுவதை பார்ப்போம்.

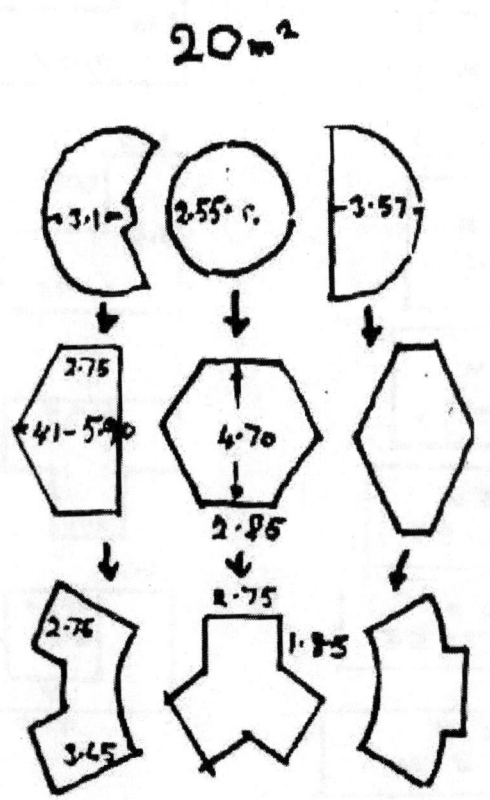

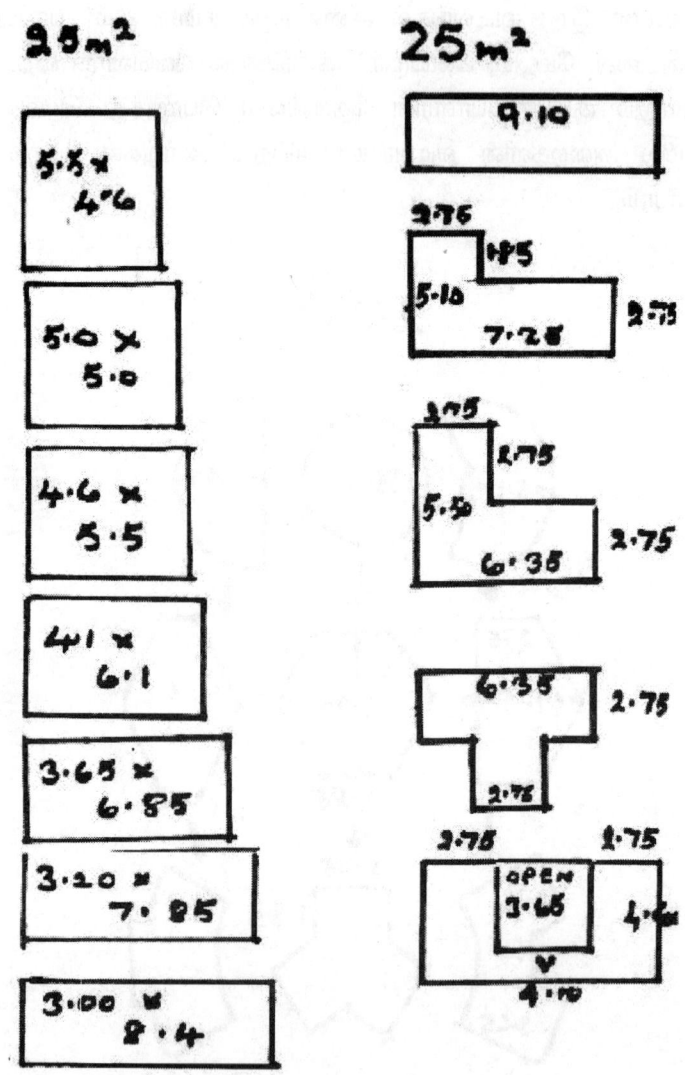

(1m²/சதுர மீட்டர் = 10.76ft²/சதுர அடி)

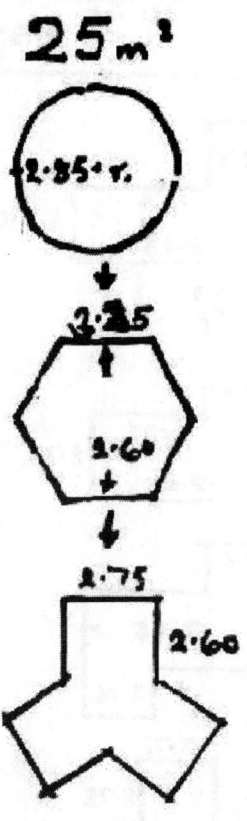

வீட்டுவசதி திட்டங்களை ஏற்படுத்தி தரும் அதிகாரிகள், 25மீ².-இல் தான் வீடுகளை கட்ட வேண்டும் என்று குறிப்பிடும் போது, இந்த வெவ்வேறு வடிவங்களை அவர்களிடம் காட்டுங்கள்.

குடும்பங்கள், எண்ணிக்கை, வயது, தொழில்கள் போன்றவை வேறுபட்டு இருக்கும். அதனால் குடியிருப்பாளர்களுக்கு ஒரே ஒரு முன்மாதிரி திட்டப்படத்தை வைத்து கட்டமைப்பது தவறானது.

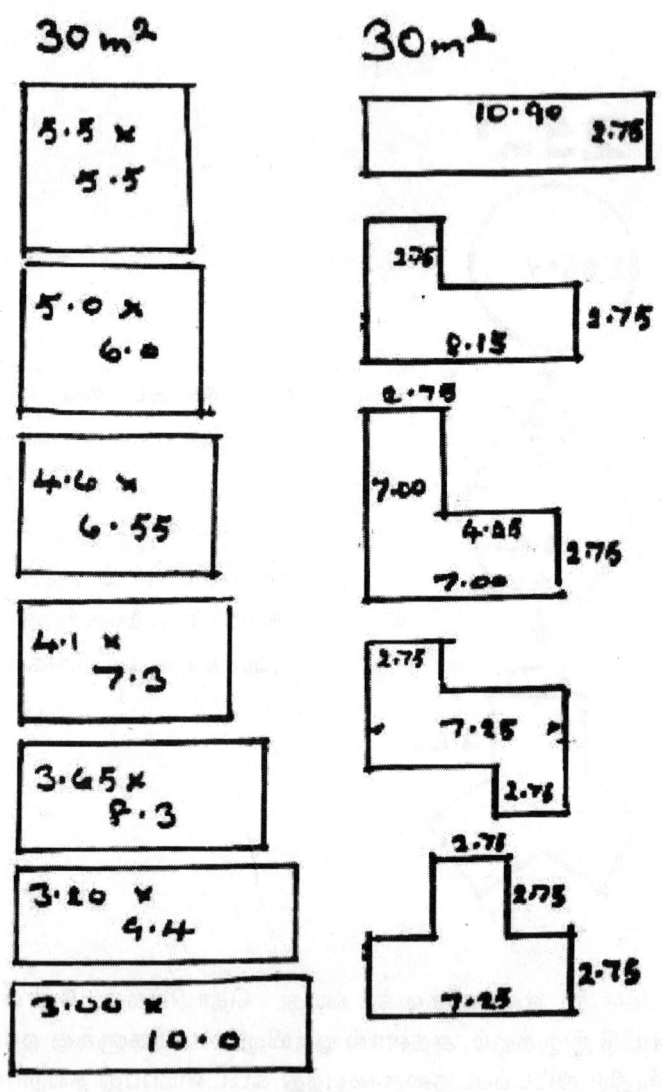

(1m²/சதுர மீட்டர் = 10.76ft²/சதுர அடி)

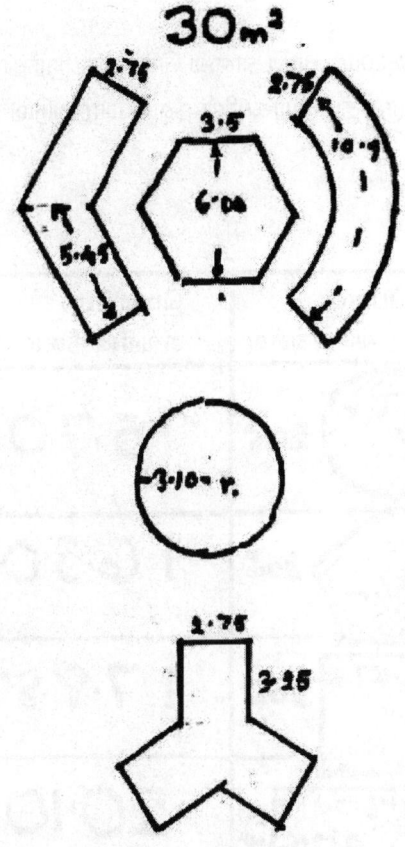

இவை வெவ்வேறு வகையான திட்டப்படங்களின் வடிவங்கள். இவை அனைத்தும் தோராயமாக 30மீ². பரப்பளவு கொண்டவை.

வீடுகள் அனைத்தும் 20மீ². பரப்பளவை கொண்டிருந்தாலும், வீடுகளின் வடிவங்களை பொருத்து சுவர்களின் நீளம் மாறுபடும்.

20மீ² பரப்பளவு கொண்ட வடிவங்கள்	வெளிப்புற சுவரின் நீளம்
	15·70 m
	16·50 m
	17·88 m
	20·10 m
	20·20 m

(1m²/சதுர மீட்டர் = 10.76ft²/சதுர அடி)

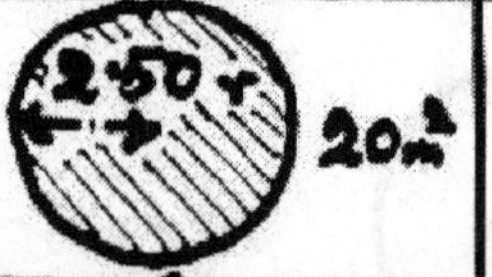

சுவர்களின் நீளம் ஒவ்வொரு வடிவத்திற்கும் மாறுபடுவதால், நிச்சயமாக செங்கற்களின் எண்ணிக்கையும், கட்டுமானச் செலவும் மாறுபடும்.

சுவரின் மேற்பரப்பளவு	செங்கற்களின் எண்ணிக்கை
43·20 m²	2420
45·37 m²	2540
49·17 m²	2750
55·27 m²	3100
55·50 m²	3200

கூரை வகைகள்

கூரையின் வடிவத்தை அதன் ஆடம்பரத்தின் அடிப்படையில் தேர்வு செய்ய கூடாது. உள்ளூர் பொருட்கள், தட்ப வெப்ப நிலை, மழையின் சராசரி அளவு, காற்றின் திசை மற்றும் மிக முக்கியமாக, பாரம்பரிய கூரை முறைகள் மற்றும் வடிவங்களின் அடிப்படையில் தேர்வு செய்ய வேண்டும்.

இந்த வரைபடங்கள் இங்கு கொடுக்கப்பட்டதற்கு முக்கிய காரணம், தொகுப்பு வீடுகள் அனைத்தும் ஒரே மாதிரியான வரிசையான பெட்டி போன்ற அமைப்பைக் கொண்டிருக்கவில்லை என்பதை புரிந்து கொள்வதற்காகத்தான்.

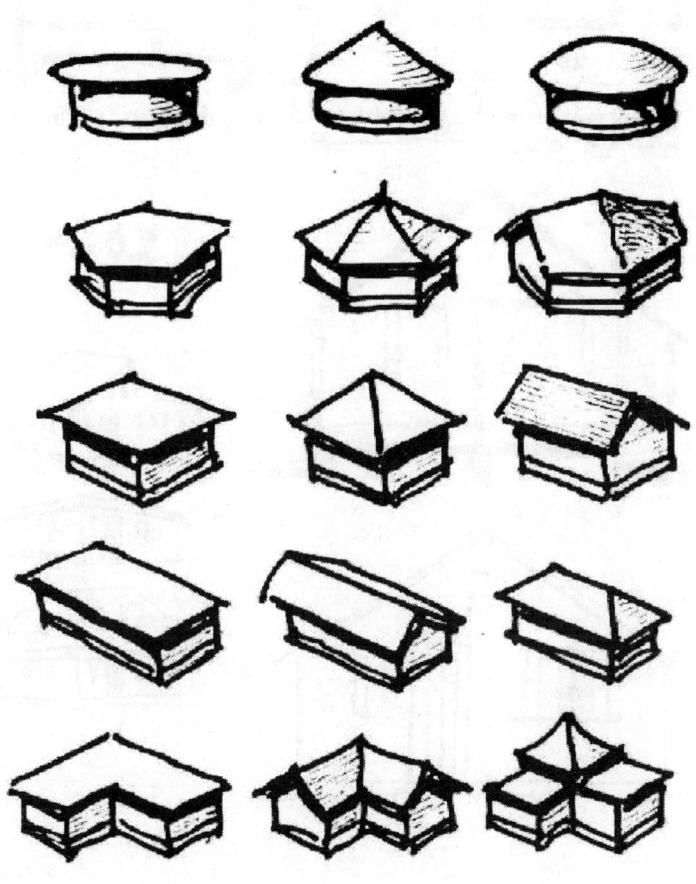

20மீ². பரப்பளவு கொண்ட வீடுகளின் பலவகை கூரை அமைப்புகள்

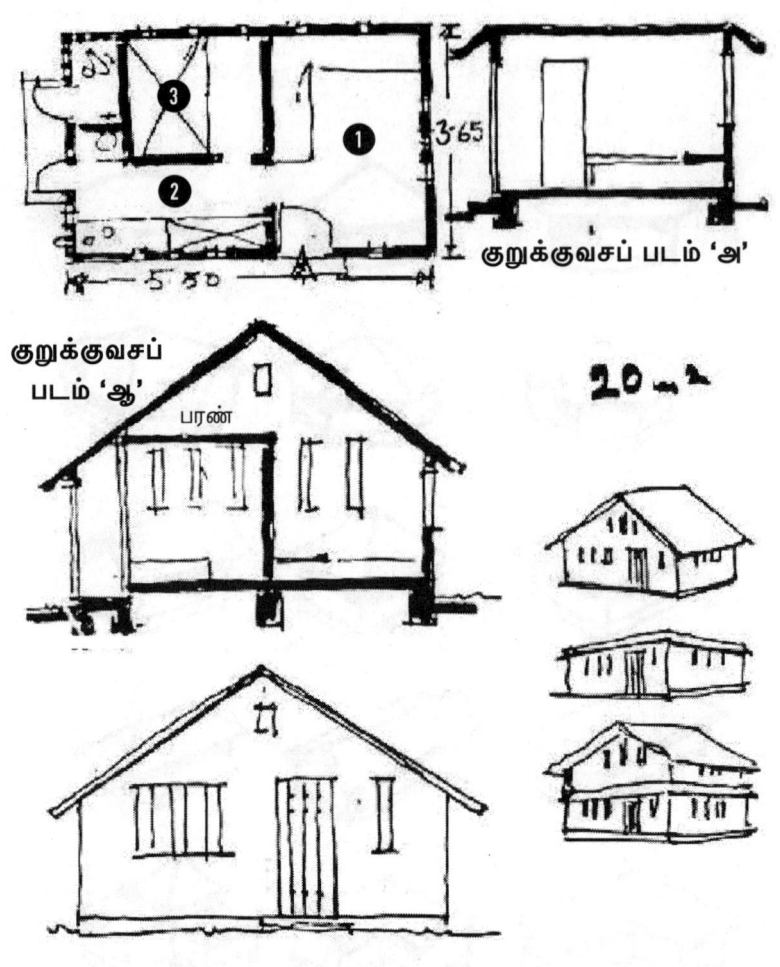

குறுக்குவசப் படம் ‘அ’

குறுக்குவசப் படம் ‘ஆ’

குறுக்குவசப் படம் ‘அ’ ஒரு தட்டையான கூரையைக் கொண்டுள்ளது. இதில் எதிர்காலத்தில் கூடுதல் தளம் (மாடியில் வீடு) கட்ட இயலும்.

குறுக்குவசப் படம் ‘ஆ’ இது சாய்வான கூரையை கொண்டுள்ளது. இதில் பரண் அமைக்க இயலும்.

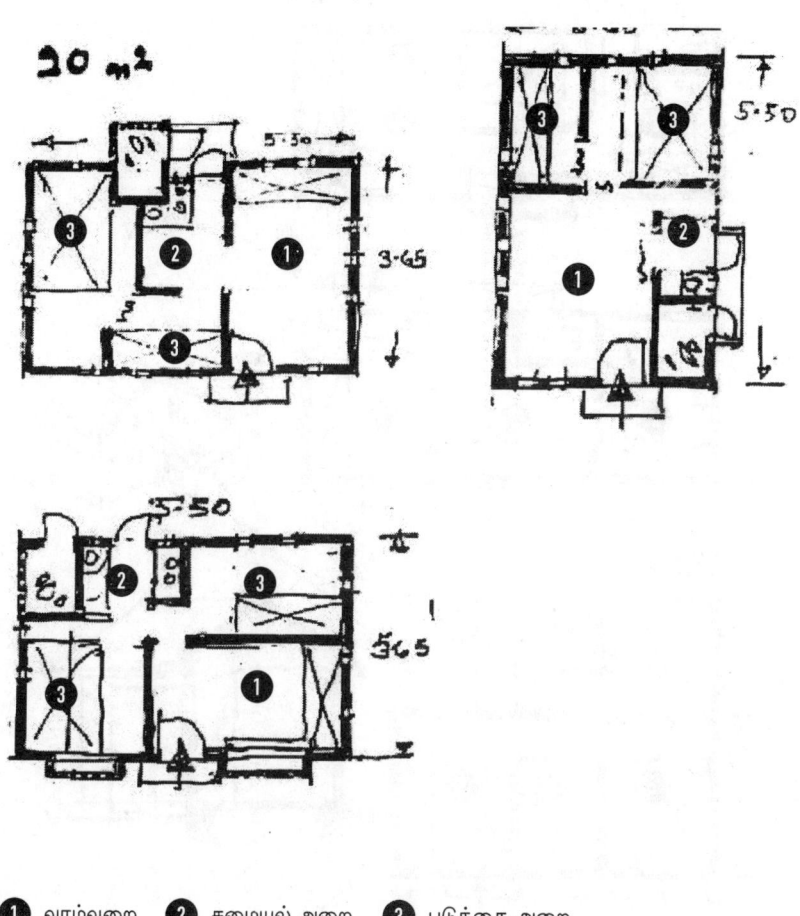

❶ வாழ்வறை ❷ சமையல் அறை ❸ படுக்கை அறை

20மீ². கொண்ட இந்த மூன்று திட்டப்படங்களும், உள் அறைகளின் இடமாற்றங்களை காட்டுகின்றன. கட்டட வேலை தொடங்குவதற்கு முன்பு வீட்டார்களுக்கு அவர்கள் விரும்பும் திட்டத்தை தேர்வு செய்ய அனுமதிக்க வேண்டும்.

20 m²
3
3
2
1
3
20 m²
3
2
1
20 m²
1.85
2.75
2
3
3
1
5.50
20 m²

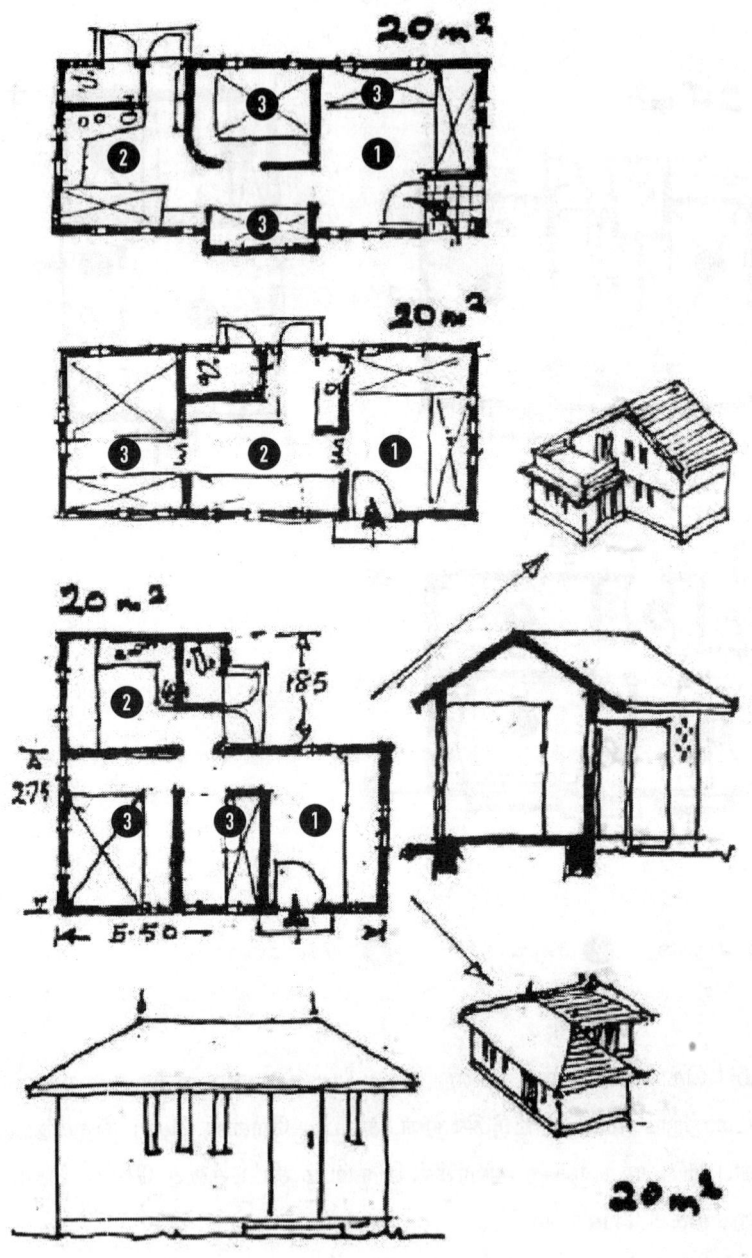

மீண்டும், இங்கே நான்கு மாறுபட்ட திட்ட வடிவங்கள் காட்டப்பட்டு உள்ளன. ஆனால் இவை அனைத்தும் 20மீ^{2}. பரப்பளவையே கொண்டுள்ளன.

வட்ட வடிவமான இந்த திட்டப்படத்தில் அறைகளுக்கு இடையில் நடைபாதைக்கான இடம் மிகக் குறைவாக இருக்கிறது என்பது கவனிக்கதக்கது.

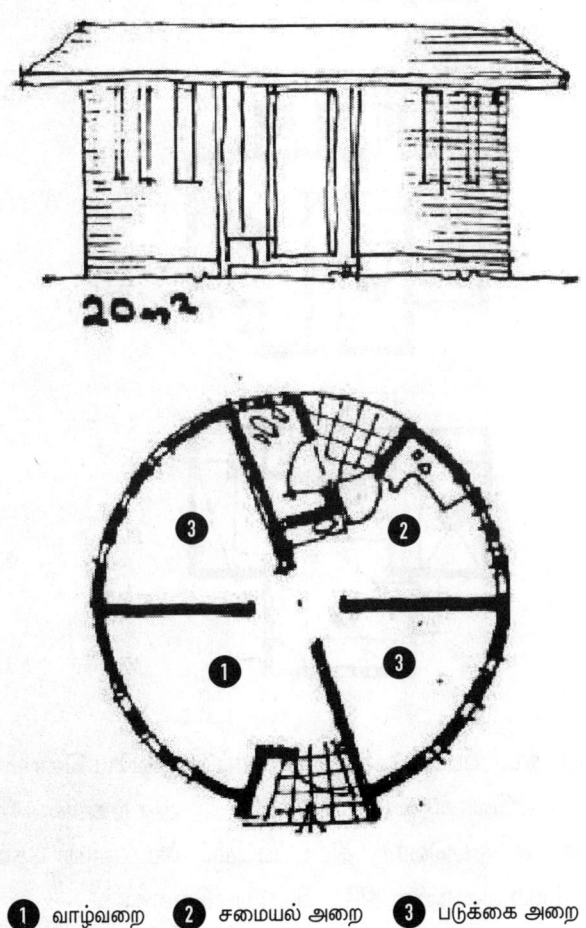

❶ வாழ்வறை ❷ சமையல் அறை ❸ படுக்கை அறை

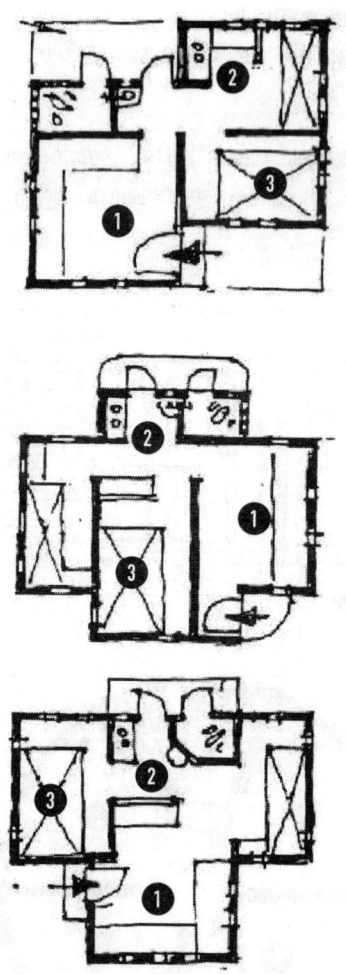

இந்த மூன்று திட்டப்படங்களும் 20மீ². பரப்பளவையே கொண்டுள்ளன. ஆனால் ஒவ்வொன்றின் வடிவமும், அறைகளின் இடமும் மாறுபட்டுள்ளன. ஒவ்வொரு திட்டப்படமும் வீட்டாரின் தேவையைப் பூர்த்தி செய்யும் வகையில் திட்டமிடப் பட்டுள்ளது.

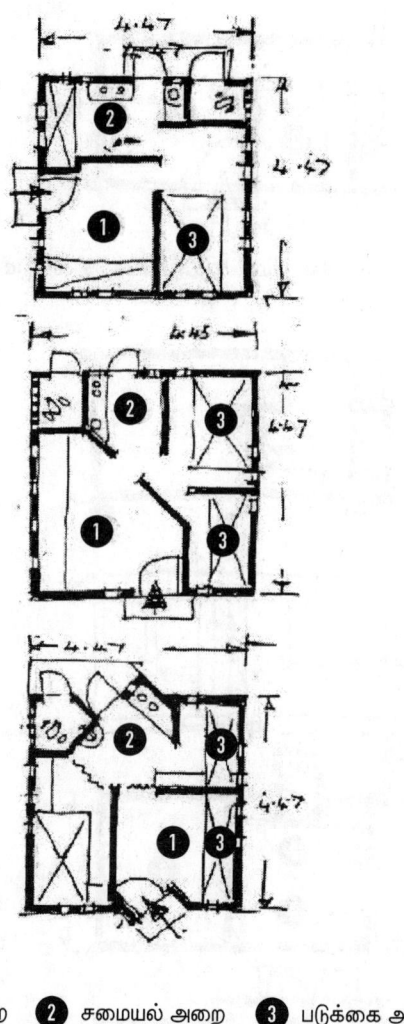

① வாழ்வறை ② சமையல் அறை ③ படுக்கை அறை

20மீ². பரப்பளவையே அனைத்து வீடுகளும் கொண்டு இருந்தாலும், இங்கு காட்டப்பட்டுள்ளதைப் போல அறைகளின் அளவுகள் மற்றும் வடிவங்கள் ஒன்றுக்கு ஒன்று மாறுபடலாம்.

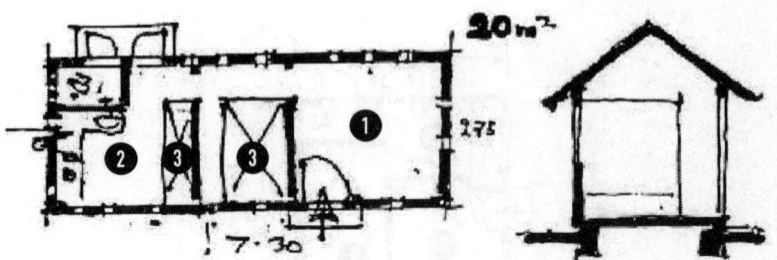

தட்டைக் கூரையின் மேல் எதிர்காலத்தில் இன்னொரு தளத்தை அமைக்கலாம்.

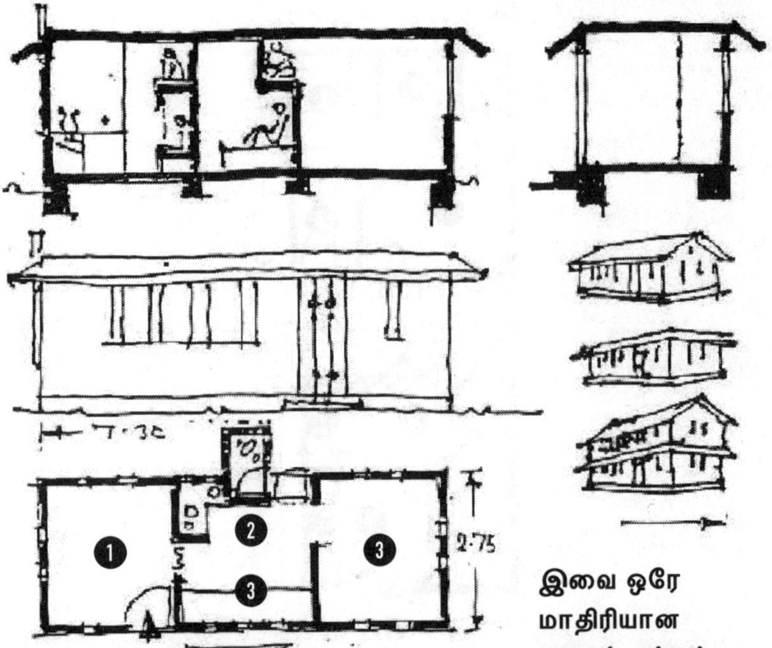

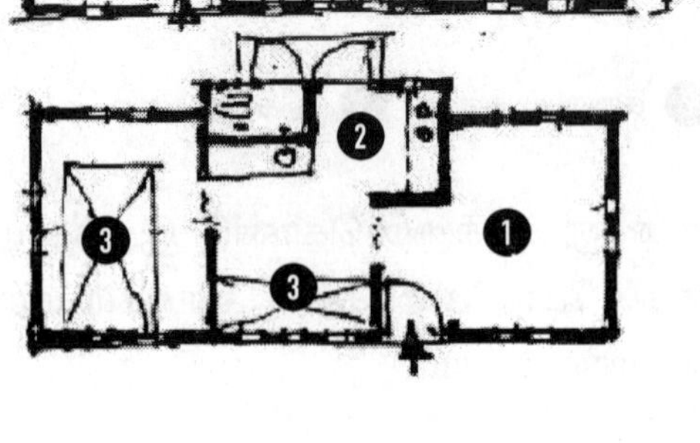

இவை ஒரே மாதிரியான வடிவம் மற்றும் அளவு கொண்ட வீடுகள். ஆனால் அறைகளின் இருப்பிடம் மாறுபட்டுள்ளது.

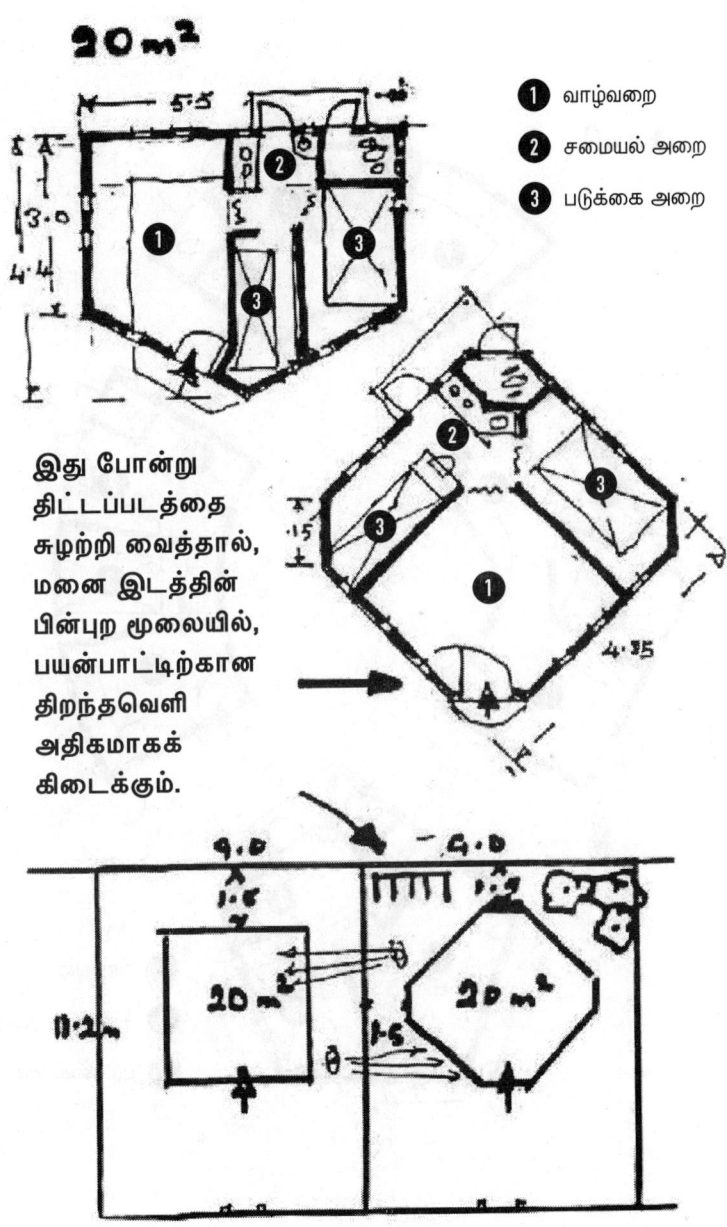

❶ வாழ்வறை

❷ சமையல் அறை

❸ படுக்கை அறை

இது போன்று திட்டப்படத்தை சுழற்றி வைத்தால், மனை இடத்தின் பின்புற மூலையில், பயன்பாட்டிற்கான திறந்தவெளி அதிகமாகக் கிடைக்கும்.

20 m2
3·3
2·6
1 வாழ்வறை
2 சமையல் அறை
3 படுக்கை அறை

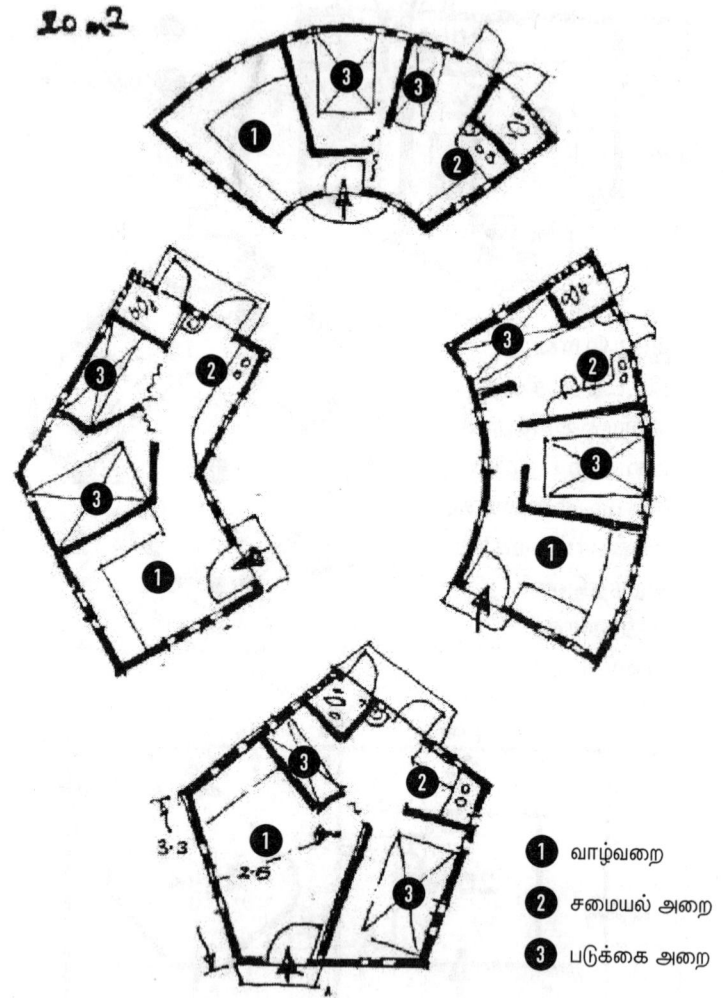

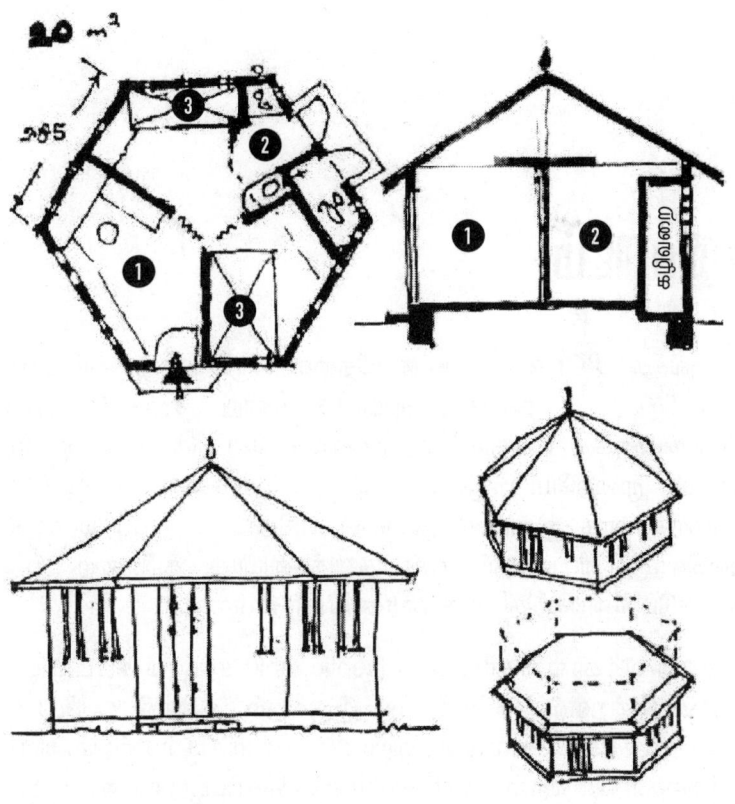

இது போன்று மாற்று வடிவங்களைக் கொண்டு திட்டமிட்டால், சதுரம் மற்றும் செவ்வகம் (rectangle) அல்லாத மனைகளுக்கு நன்றாக பொருந்தும்.

கழிப்பிடம்

வீட்டுவசதி திட்டங்களுக்கான தேவை வரும்போது, கழிவறையை திட்டமிடுவது தவிர்க்க முடியாத ஒன்று. சமூக வீட்டுவசதித் திட்டங்களுக்கு பலரும் பரிந்துரைப்பது கூட்டுக் கழிவறை (group toilets) முறையே. ஆனால் இந்த யோசனை பொரும்பாலும் வெற்றிகரமாக இருப்பது இல்லை. புதிதாக கட்டப்படும் வீடுகளில் ஒவ்வொரு வீட்டிற்கும் ஏன் தனித்தனியாக கழிவறை இருக்க வேண்டும் என்பதற்கு பலக் காரணங்கள் உள்ளன.

கழிவுநீர் வடிகால் தொட்டிகள் (septic tank) சரியாக கட்டப்பட்டால், அவை இன்றளவும் நன்றாகவே இருக்கும். ஆனால் ஒப்பீட்டளவில் இதற்கு அதிக செலவாகும். மற்ற சில அமைப்புகள் மற்றும் அவற்றின் சிக்கல்கள் பின்வரும் பக்கங்களில் விவரிக்கப்பட்டுள்ளன.

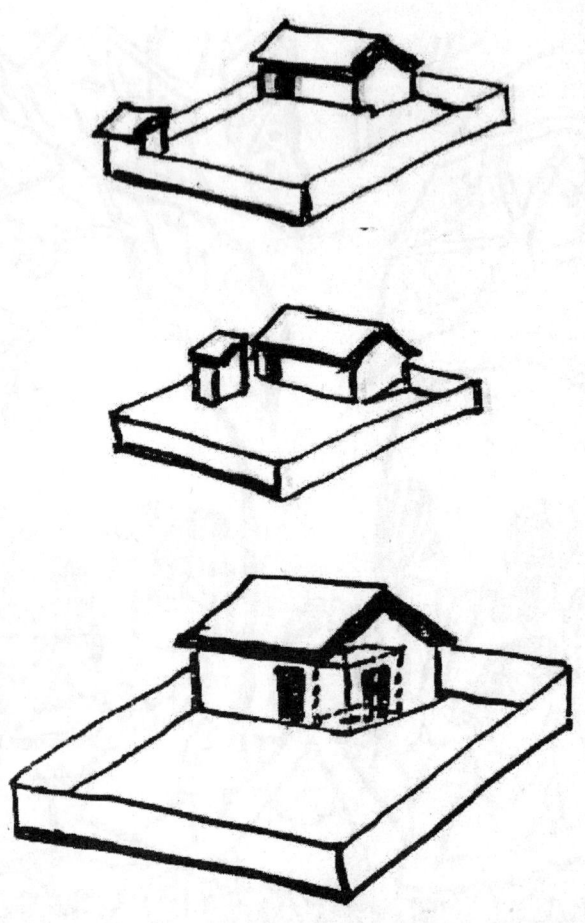

இரவு நேரங்களில் வீட்டுக்கு வெளியில் உள்ள கழிப்பறையைப் பயன்படுத்த பெண்கள் மற்றும் குழந்தைகள் விரும்பமாட்டார்கள். அதனால் வீட்டுடன் இணைத்தே கழிப்பறையைக் கட்டவும். ஆனால் வீட்டின் வெளியில் இருந்து கழிப்பறையைப் பயன்படுத்தும்படி கதவை அமைக்கவும்.

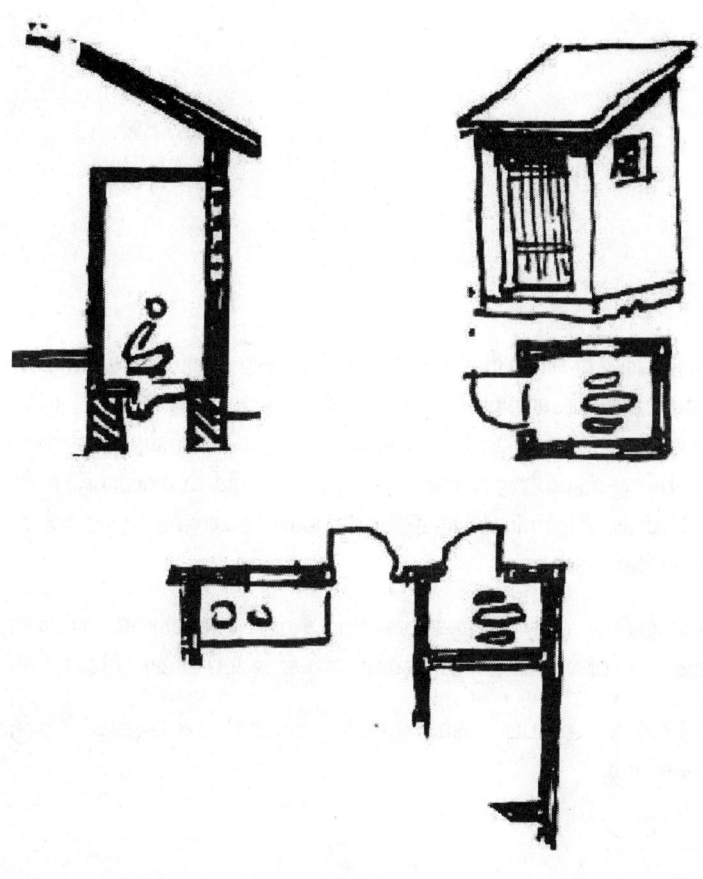

வீட்டுக்கு உள்ளே கட்டும் கழிப்பறையை விட தனியாக கட்டப்படும் கழிப்பறையின் செலவு அதிகமாக இருக்கும். சமையலறை மற்றும் கழிப்பறையின் கதவுகள் அருகில் இருக்கக் கூடாது. அதனால் கழிப்பறையின் கதவை வீட்டுக்கு வெளியில் இருந்து பயன்படுத்தும்படி வைக்க வேண்டும்.

பல குடும்பங்கள் வீட்டிற்கு உள்ளே கழிப்பறை இருப்பதை விரும்புவது இல்லை. கழிப்பறையின் கதவு வீட்டிற்கு வெளியில் இருந்து பயன்படுத்தப்பட்டால் இந்த பழமைவாதம் நீங்கிவிடும். சுவற்றின் ஒரு பக்கத்தில் குளியலறைக் குழாயும், மறு பக்கத்தில் சமையல் கழிவுநீர் தொட்டியின் குழாயும் பொருத்தப்பட்டால் தண்ணீர் குழாயின் நீளம் பெருமளவில் குறையும்.

வாழ்வறையில் ஒரு இருக்கையை சற்று அகலமாக கட்டினால், அதனை இரவில் கூடுதல் படுக்கையாகக் கூடப் பயன்படுத்தலாம்.

புகையில்லா அடுப்பு (smokeless chulha) கதவுக்கு அருகில் இருக்கலாம்.

கதவு
ஜன்னல்
கதவு
அடுப்பு
கழுவுமிடம்
வாழ்வறை
ஜன்னல்
ஜன்னல்
அமரும் இடம்
(இரவில் உறங்கும் இடம்)

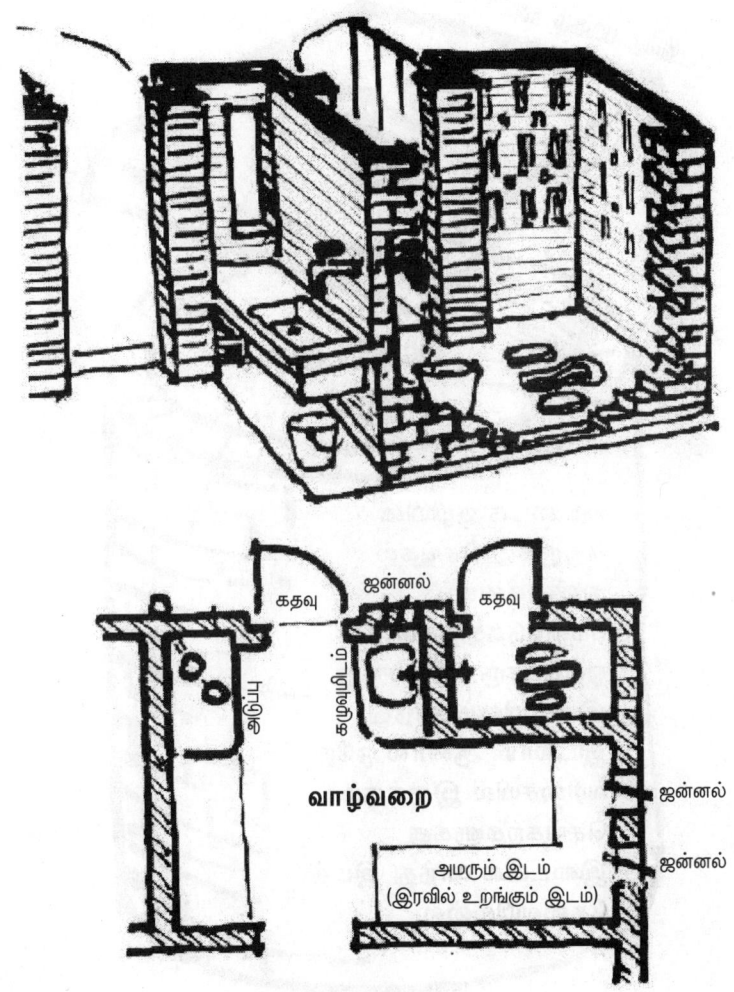

இந்த பலகம் விலை உயர்ந்தது

அட்டைக் குழி

அட்டைக் குழியின் சுவருக்கு செங்கல் துண்டுகளைப் பயன்படுத்துங்கள். ஒவ்வொரு வரிசைக்கு இடையிலும் சாந்து இடலாம். ஆனால் ஒரே வரிசையில் இருக்கும் செங்கற்களுக்கு இடையில் சாந்து இடத் தேவையில்லை.

அட்டைக் குழியின் சுவரை கீழிருந்து கட்டிக கொண்டு வருகையில், மேல் உள்ள கடைசி 50செ.மீ. பகுதியை எட்டும்போது, ஒவ்வொரு வரிசையையும் சற்று உள்பக்கம் நோக்கி, அடுக்கிக் கொண்டே வர வேண்டும். இவ்வாறு செய்தால் மேல் வட்டம் மூன்றில் ஒரு பங்காக குறைந்து விடும்.

மழைநீர் சேகரிப்பு

மழைநீர் சேகரிப்புப் பற்றி தற்போது அதிகமாக பேசப்படுகிறது. மழைநீரை சேமிக்க பொருத்தமான இடங்கள் இருந்தாலும், நீர் ஆவியாதலைத் தவிர்க்க வேண்டும்.

கடைக்கால் மற்றும் தரை தளத்திற்கு இடையில் உள்ள வெற்றிடத்தை, மண் கொண்டு நிரப்பாமல், நீர் தொட்டியாகப் பயன்படுத்தலாம். ஆனால் இதற்கு செலவு அதிகம் ஆகும். இதனால் அடித்தளம் மற்றும் சுவர்களுக்குள் நீர் புகாத படி பூச வேண்டும்.

இந்த அமைப்பு தொடர்ச்சியாக மழை பொழியும் பகுதிகளுக்கு சிறப்பாக இருக்கும்.

புகையில்லா அடுப்பு
(SMOKELESS CHULHA)

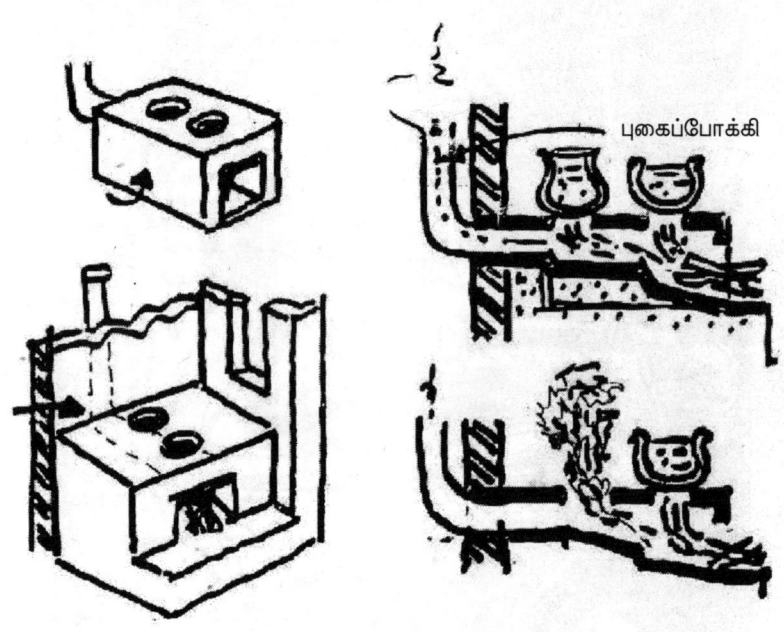

புகைப்போக்கி

களிமண்ணைச் சுட்டு சமையலறையில் அடுப்பை அமைக்கலாம். அதில் இரண்டு துளைகள் இருந்தால், ஒரே நேரத்தில் இரண்டு பாத்திரங்கள் வைத்து சமைக்க முடியும்.

நீங்கள் அடுப்பின் ஒரு துளையில் மட்டுமே, பாத்திரம் வைத்து பயன்படுத்துகிறீர்கள் என்றால், புகை சமையலறைக்கு உள்ளே வராமல் இருப்பதற்கு, மற்றொரு துளையில் தண்ணீருடண் ஒரு பாத்திரத்தை வைக்க வேண்டும்.

முன்பு பெரும்பாலான மக்கள் தரையிலேயே சமையல் செய்தார்கள். தற்போது பலரும் நின்று கொண்டு, சமைக்க விரும்புகிறார்கள். அடுப்பின் துளை மிக உயரமாக இருந்தால், பாத்திரத்தின் உள்ளே இருப்பதைப் பார்க்க கால் நுனியில் நிற்க நேரிடும். எனவே பாத்திரத்தை அடுப்பில் வைத்தால், அதன் மேல் மட்டம் ஒரு மேசையின் மட்டத்தில் இருப்பது போல அடுப்பு மேடையை வடிவமைக்க வேண்டும்.

பழைய பொருட்களைப் பயன்படுத்தவும்

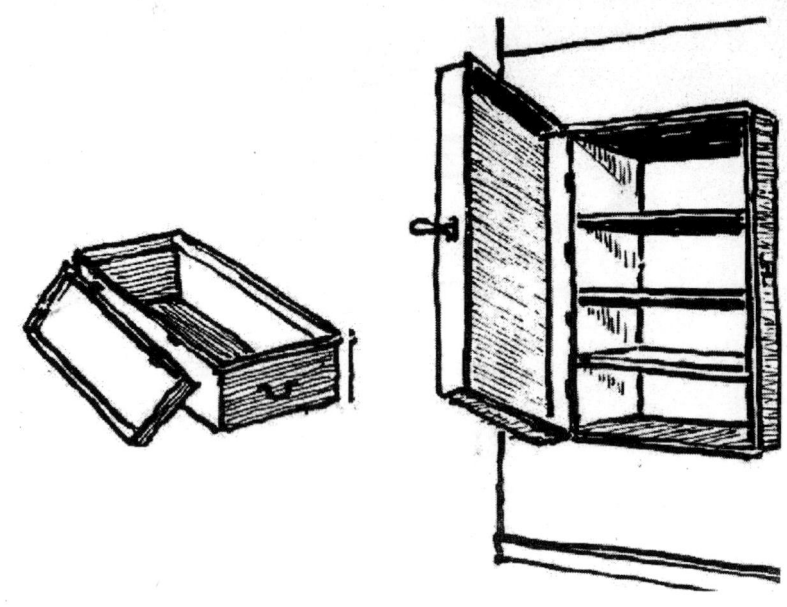

பழைய தகர பெட்டியின் பின்புறத்தை சுவரில் பதித்து வைத்தால், அது எலி மற்றும் பூச்சிகளிடம் இருந்து பொருட்களை பாதுகாக்கும் ஒரு நல்ல அலமாரியாக பயன்படும்.

உடைந்த பழைய மூடிகள், குழாய்கள், மிருகக் கொம்புகள் போன்றவற்றை கொக்கிகளாகவும், பொருட்களை தொங்க விடுவதற்காகவும் பயன்படுத்தலாம்.

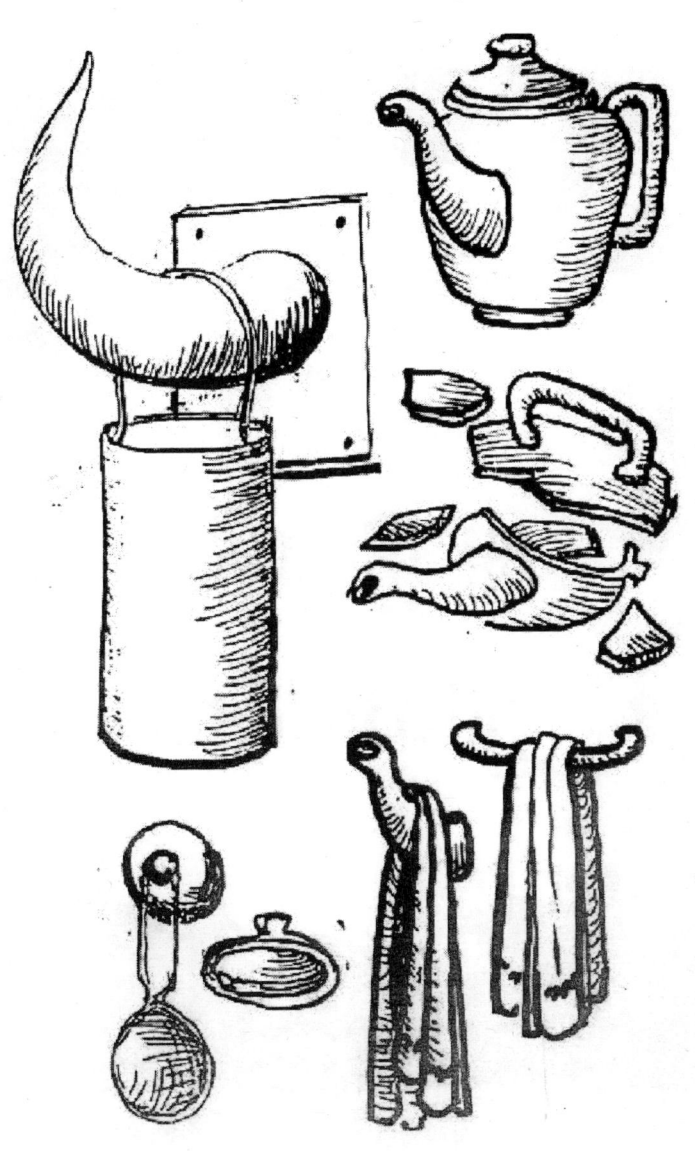

II
கட்டுமான நுட்பங்கள்

இந்த காலக்கட்டடத்தில் வீடுகள் கட்டுவதற்கு அதிக செலவு ஆகின்றது. பெரும்பாலான செலவுகள், கட்டடங்களின் தேவையில்லாத் தகிடுத்தத்தங்களுக்கே போகின்றன. பொது அறிவோடு காலப்போக்கில் பரிசோதிக்கப்பட்ட, நமது மரபு சார்ந்த எளிமையான கட்டுமான நுட்பங்களைப் பயன்படுத்தினாலே கட்டுமானச் செலவு மிகுதியாகக் குறையும். கட்டடத்தில் உள்ள ஒவ்வொரு பொருளுக்கும் அதற்குறிய விலை உண்டு. அதனால் ஒன்றை செய்வதற்கு முன்பு, ஒவ்வொரு முறையும் “இது தேவையா?” என்று நமக்கு நாமே கேட்டுக் கொள்ள வேண்டும். பதில் “இல்லை” எனில் அதைத் தவிர்க்க வேண்டும். பின்வரும் பக்கங்களில் வரைபடங்கள் மூலம், அண்மையில் உள்ள (1986-ஆம் ஆண்டு) விலை உயர்ந்த கட்டுமான நுட்பங்கள், விலைக் குறைந்த எளிய மாற்று முறைகளோடு ஒப்பிடப்பட்டுள்ளன. ஒவ்வொரு கட்டுமான பொருளிலும் 25 பைசா சேமிக்கப்பட்டால் கூட, ஒரு வீட்டின் மொத்த கட்டுமானச் செலவு ரூ.7500-இல் இருந்து ரூ.10,000 வரை கணிசமாகக் குறையும். கட்டுமானத்தில் எங்கெங்கு செலவுகளை குறைப்பது என்பதைப் பற்றி நீங்கள் தான் முடிவு செய்ய வேண்டும். பொறியாளரையோ, கட்டடக்கலைஞரையோ, கட்டட ஒப்பந்ததாரரையோ இந்த முடிவுகளை எடுக்க விடாதீர்கள். உங்களின் தேவையை அவர்களிடம் நீங்கள் தான் எடுத்துச் சொல்ல வேண்டும்.

மக்கள் பொதுவாக வீடுகளை 'நவீனம்' என்றும் 'பழைய பாணி' என்றும் கருதுவதை நீங்கள் அறிந்திருப்பீர்கள். ஆனால் நவீனம் எனக் கருதப்படும் வீடுகள் பார்ப்பதற்கு மட்டும் கவர்ச்சியாக இருக்குமே தவிர, அவற்றை கட்டுவது என்னைப் பொருத்தவரை முட்டாள்தனம் தான். ஏனெனில் அவை விலை உயர்ந்தவையாக இருப்பது மட்டுமல்லாமல், உள்ளூரிலேயே கிடைக்கும் விலை மலிவான பொருட்களை பயன்படுத்தாமலும், காலநிலை மற்றும் வீட்டாரின் தேவைகளை கருத்தில் கொள்ளாமலும் கட்டப்படுகின்றன. ஆனால் பழைய பாணி வீடுகளோ, விலை மலிவான உள்ளூர் பொருட்களைப் பயன்படுத்துவதன் மூலம், கட்டுமானப் பொருட்களைத் தேர்வு செய்வதன் முக்கியத்துவத்தை நமக்கு வலியுறுத்துகின்றன. மேலும், இவை வளத்தில் குறைந்து வரும் பொருட்களைத் தேவைக்கு அதிகமாக பயன்படுத்துவது இல்லை. சுட்டெரிக்கும் சூரியன், பலத்த மழை, கடும் காற்று மற்றும் ஈரப்பதத்தில் இருந்தும் இந்த வீடுகள் நம்மைக் காக்கின்றன. ஒரு நவீன வீடும், ஒரு பழைய பாணி வீடும் இந்த வரைபடத்தில் காட்டப்பட்டுள்ளன. நவீன வீடுகள், பெட்டிகளைப் போல் வடிவமைக்கப்பட்டு, அதிகபடியாக சிமிட்டி பூசியும், வண்ணம் அடித்தும் கட்டப்படுகின்றன. இவற்றின் கூரைகள் வெயிலில் இருந்தும், மழையில் இருந்தும் நமக்கு சரியான பாதுகாப்பைத் தருவது இல்லை. ஆனால் பழைய பாணி வீடுகளிலோ, சரிவான கூரைகள் இருப்பதால், கடும் மழை மற்றும் வெயிலில் இருந்தும், இவை நம்மை காக்கின்றன. இதில் இருக்கும் சாளரங்களுக்கு பதிலாக, ஜாலிகளைப் (jali) பயன்படுத்துவதன் மூலம், கட்டுமானச் செலவு குறைவது மட்டுமல்லாமல், வீட்டின் பாதுகாப்பிற்கும் எவ்வித இடரும் இன்றி, நல்ல வெளிச்சம் மற்றும் காற்றோட்டமும் கிடைக்கும்.

Rs+

Rs-

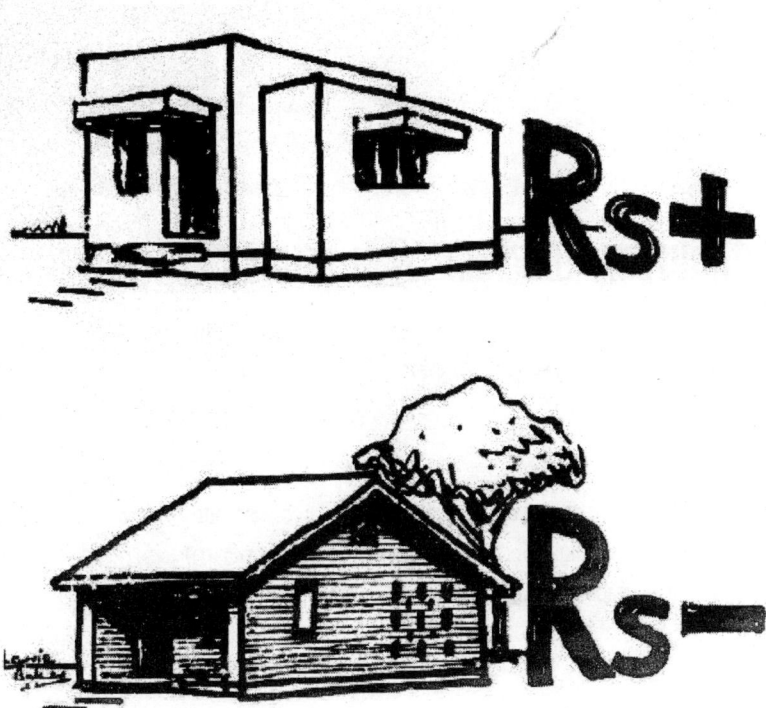

சரிவான மனை இடங்கள்

படிமுறையில் இருக்கும் மனை இடங்களில் கட்டும்போது, ஒரு படியின் நடுவில் வீட்டினை அமர்த்துவது கட்டுமானச் செலவைக் குறைக்கும்.

கீழ் உள்ளது போல படியின் ஓரத்தில் வீட்டினை அமர்த்தினால், அதன் கடைக்காலும் அடிப்பீடமும் (foundation & plinth) கூடுதல் ஆகி, கட்டுமான செலவும் அதிகரிக்கும்.

Rs –
Rs +

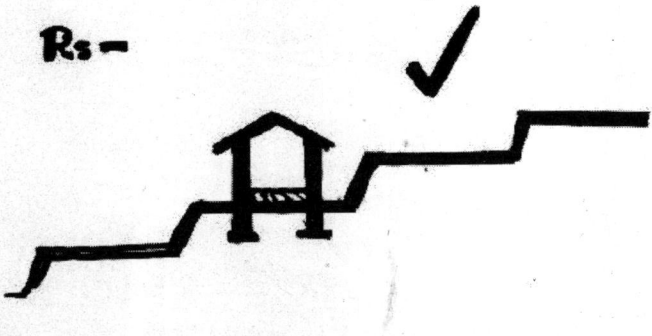

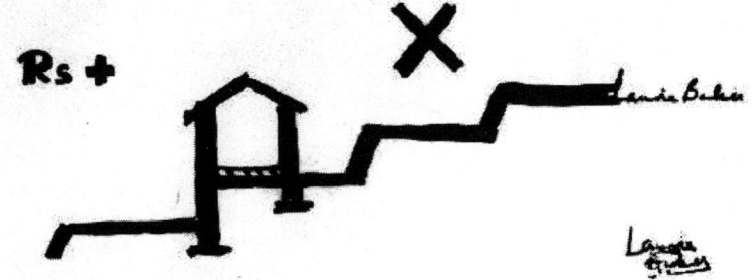

சரிவான மனை இடங்களில் கட்டும்போது, வீட்டை சரிவின் திசையில் அல்லாமல், குறுக்கு வசத்தில் அமைத்தால், மண்ணை குடைவதும், நிரப்புவதும், பெருமளவில் குறையும்.

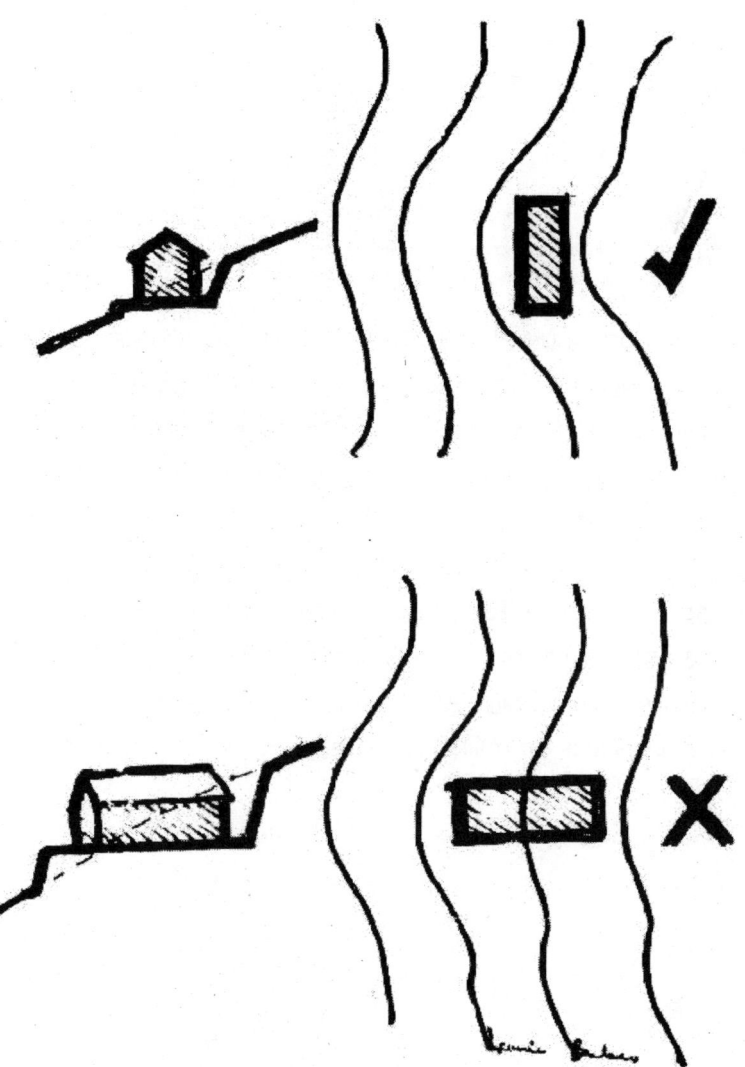

சரிவான மலைப்பகுதிகளை, வெட்டி நிரப்புவது கடினமாகவும், வேலை அதிகமாகவும் இருக்கும். அம்மாதிரியான பகுதிகளில் அதிகம் வெட்டி நிரப்பாமல், படத்தில் உள்ளது போன்ற ஒரு வீட்டை நீங்கள் கட்ட முயற்சிக்கலாம். இந்த மாதிரி பல தளங்கள் கொண்ட, படிமுறையில் கட்டப்பட்ட வீடுகள், அப்பகுதிகளுக்கு ஏற்றதாகவும் இருக்கும். ஏனென்றால், பெரும்பாலும் ஒரே குடும்பத்தை சார்ந்த சகோதர சகோதரிகளின் குடும்பங்களே, இம்மாதிரியான அடுத்தடுத்த வீடுகளில் வசிக்கின்றன. ஒரு வீட்டின் வெவ்வேறு தளங்களில் வெவ்வேறு குடும்பங்கள் வசித்தாலும், இவ்வகை வீடு ஒரே கூரையைத் தான் கொண்டிருக்கும்.

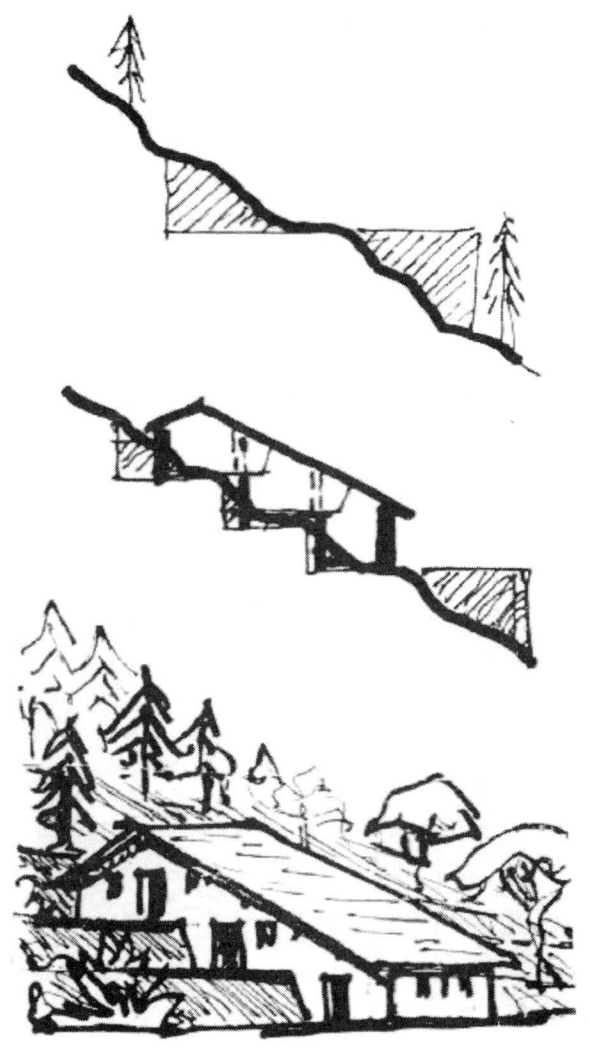

பிணைப்பு (BONDING)

சுவரின் வெளிப்புறத்தில் அழகுக்காக மட்டும், நேர்த்தியான கருங்கற்களை வைத்து, சுவரின் இடையில் சிறிய துண்டுக் கற்களைப் போட்டு நிரப்பக்கூடாது.

மாறாக, இடையிலும் கருங்கற்களை ஒன்றோடு ஒன்று பிணைத்துக் கட்ட வேண்டும். நன்றாக பிணைக்கப்பட்ட கருங்கல் கடைக்கால்களுக்கும் அடிப்பீடங்களுக்கும் (foundation and plinth) சாந்து (mortar) தேவைப்படாது. ஆனால் கருங்கற்களைக் கொண்டு மேல் தள சுவர்கள் கட்டினால், சாந்து தேவைப்படும்; இதற்கு மண் சாந்தே போதுமானது.

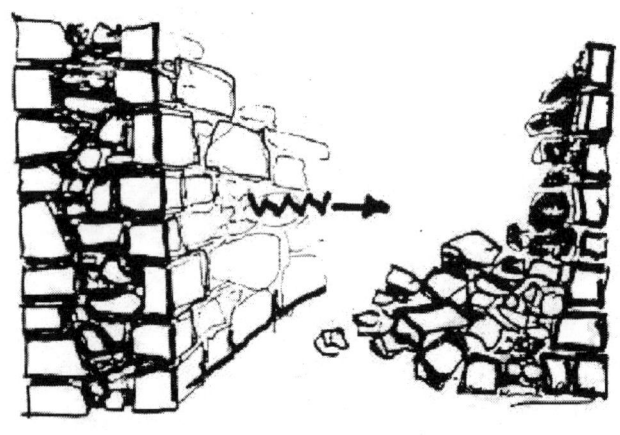

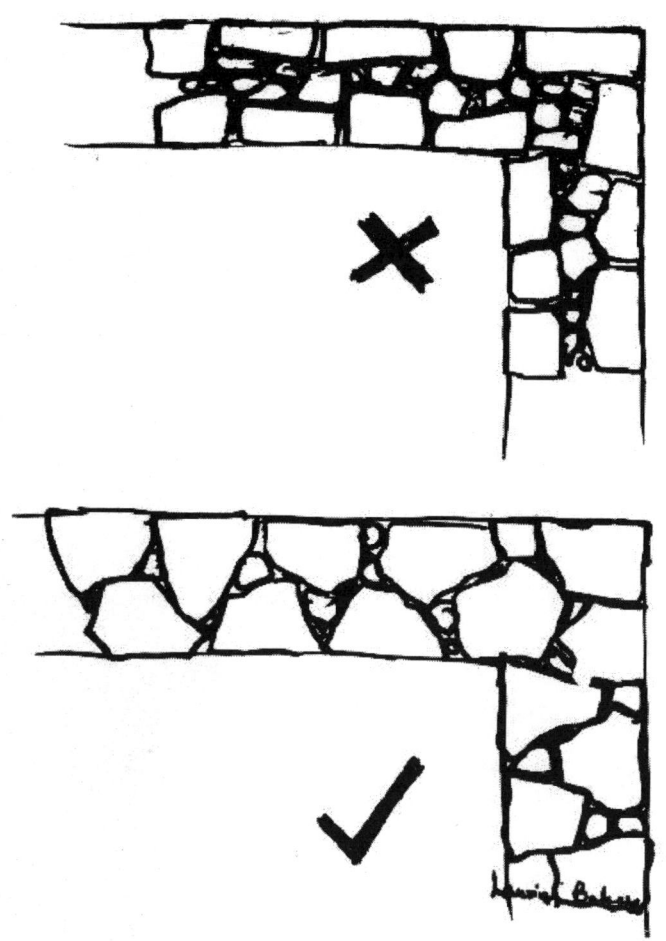

கடைக்காலுக்கு அகழி தோண்டும் போது, தோண்டப்பட்ட மண்ணை வேலை ஆட்கள் எல்லா திசையிலும் கொட்டுவார்கள்; பெரும்பாலும் கடைக்காலுக்கு வெளியே. அடிப்பீடம் கட்டிமுடித்த பின் தளத்தை மட்டமாக்க, இம்மண் வெளியிலிருந்து எடுக்கப்பட்டு, அடிப்பீடத்தின் உள்ளேயே மீண்டும் நிரப்பப்படுகிறது. இதற்கு பதிலாக அகழியைத் தோண்டும்போதே மண்ணை உள்ளே கொட்டி நிரப்பினால், அடிப்பீடம் நிரப்புவதை ஒரு தனி வேலையாக பின்னர் செய்ய வேண்டி இருக்காது.

✗
Rs +

✓
Rs −

கடைக்கால் (அஸ்திவாரம்/FOUNDATION)

ஒரு வீட்டின் 9" தடிமன் கொண்ட செங்கல் சுவர்களை, 18" தடிமன் உள்ள உடைப்புக் கல் (random rubble) கடைக்கால் மற்றும் அடிப்பீடத்திற்கு மேல் கட்டுவது வழக்கம். இவ்வாறு செய்யும்போது, இந்த 9" சுவர்களை 18" கடைக்காலுக்கு நடுவில் அமைத்தால், வெளிப்புறத்தில் ஒரு படி உருவாகும். இந்த படி இருக்கும் இடத்தில் மழை நீர் ஊடுருவி, அடியில் உள்ள கருங்கல் கடைக்காலையும், அடிப்பீடத்தையும் பலவீனமடையச் செய்து விடும்.

ஓர் அடுக்கு அல்லது இரண்டடுக்கு வீடுகளுக்கு, 9" செங்கல் சுவரின் வெளிப்புறத்தை, கருங்கல் அடிப்பீடத்தின் வெளிப்புறத்திற்கு மட்டமாக வைத்து கட்டினால், மேற்கூறிய சிறிய படி உருவாகாது. இதனால் மழை நீர் கடைக்காலுக்குள் ஊடுருவாது. மேலும் இவ்வாறு செய்தால் வீட்டினுள் சற்று கூடுதல் இடம் கிடைக்கும்.

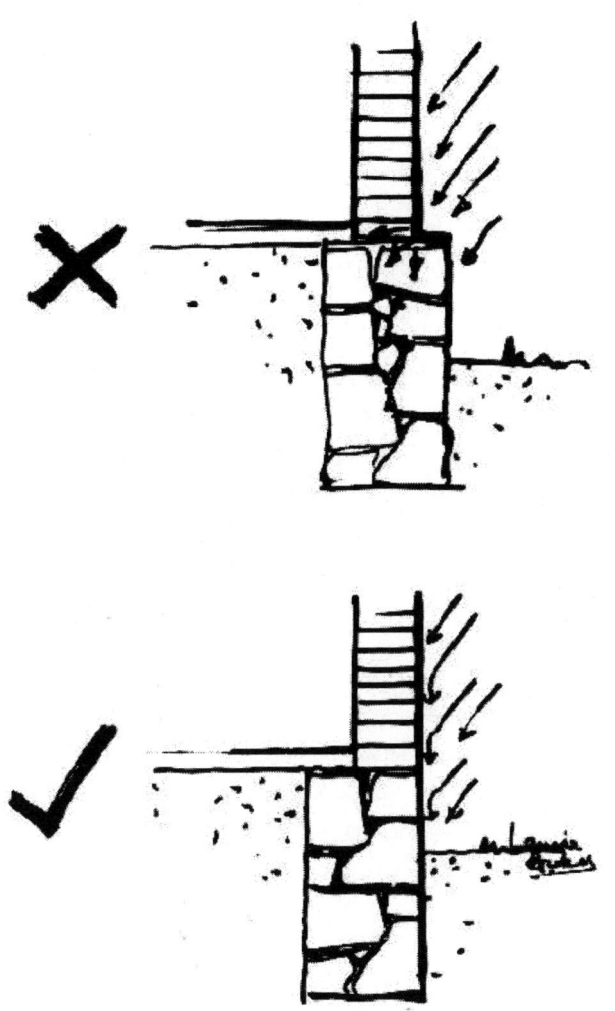

ஒரு கடைக்காலின் செயல்பாடு என்னவென்றால், மேல் உள்ள வீட்டின் எடையை கீழே நிலத்தில் சமமாக பரப்புவது ஆகும்.

மண் திடமாக இல்லாமல் மென்மையாக இருக்கும்போது, முதல் வரைபடத்தில் உள்ள கடைக்கால் அமைப்பே சிறந்தது. இதைச் செய்ய, அகழியை அகலமாக தோண்டி, அதன் கீழே 3"-4" தடிமன் உள்ள கற்காரை தளம் ஒன்றை முதலில் அமைக்கவும். அதற்கு மேலே, பூமி மட்டம் வரை 20"-24" அகலத்தில் கருங்கல் கடைக்காலை கட்டவும். பின்பு, பூமி மட்டத்திற்கு மேல் செல்லும்போது, கருங்கல் கடைக்காலை 12"-14" அகலத்திற்குக் குறைத்து கட்டவும்.

கீழுள்ள மண் கடினமாக இருந்தால், இரண்டாவதாக காண்பிக்கப்பட்டுள்ள கடைக்கால் அமைப்பே சிறந்ததாக இருக்கும். சிறிய அளவிலான ஓர் அடுக்கு அல்லது இரண்டு அடுக்கு வீடுகளுக்கு 18" தடிமனுள்ள கடைக்கால் மற்றும் அடிப்பீடமே போதுமானதாக இருக்கும். இதற்கென ஒரு கற்காரை தளத்தினை அமைத்து, படிமுறையில் கடைக்காலை கட்ட வேண்டும் என்ற தேவையில்லை.

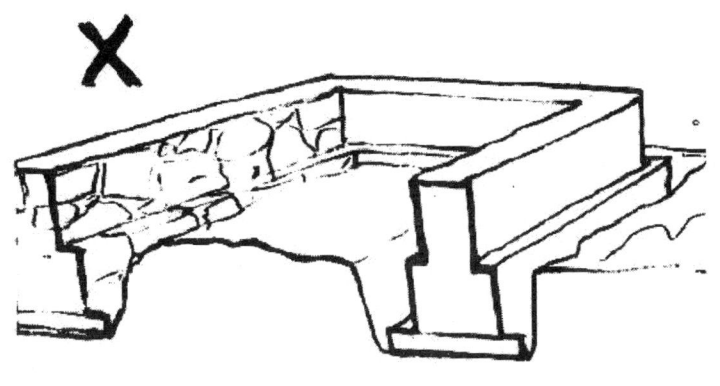

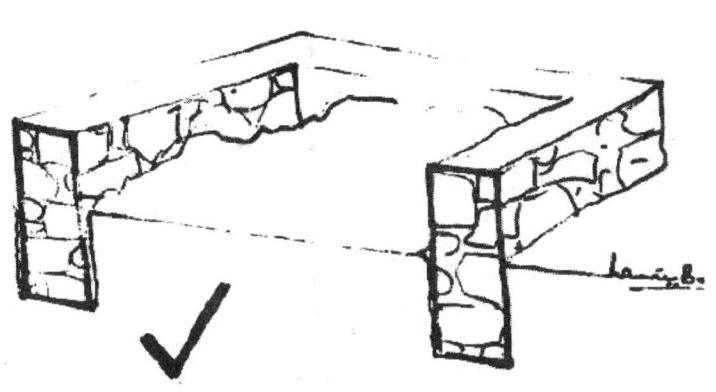

வீடு கட்டி முடித்த பின், மிகவும் குறைவான பணமே அறைகலன்களுக்கு (furniture) எஞ்சி இருக்கும்.

அடிப்பீடத்தை, வீட்டின் தரை மட்டம் வரை மட்டுமல்லாமல், இன்னும் கூடுதலாக 24" வரை உயர்த்திக் கட்டினால், அதையே இருக்கைகளாகவும், படுக்கைகளாகவும், மேடைகளாகவும் பயன்படுத்தலாம்.

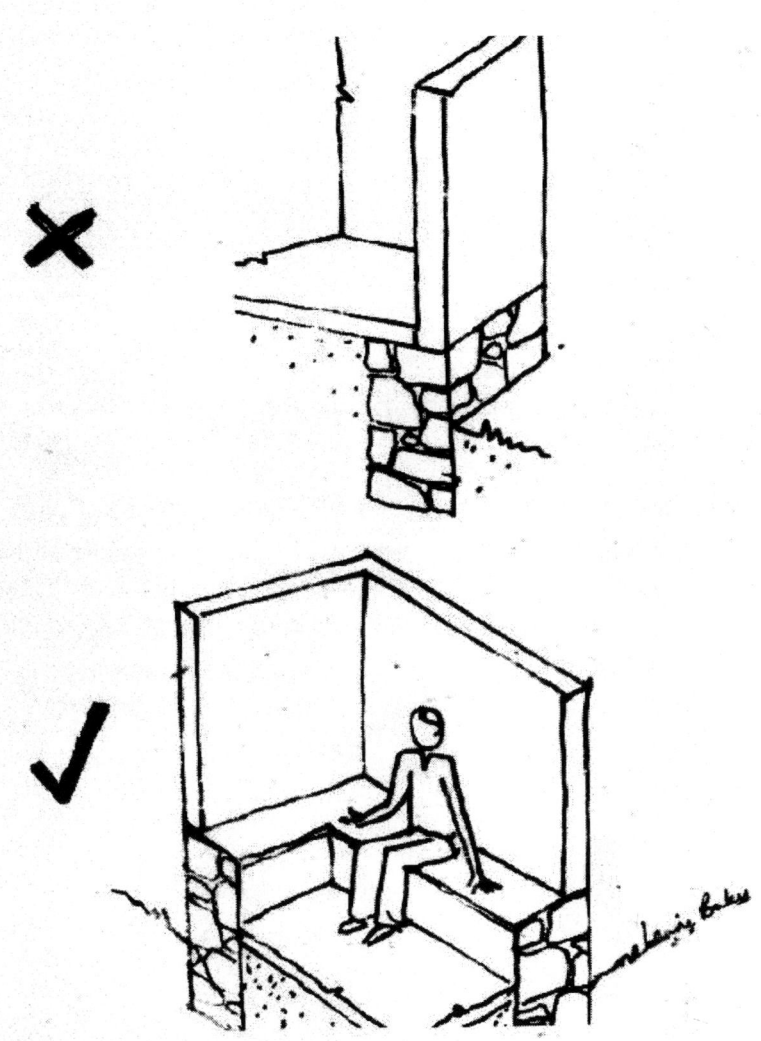

93

சில மாவட்டங்களில் கடைக்கால் அமைக்க கருங்கலோ செங்கலோ கிடைக்காது.

இம்மாதிரியான சூழ்நிலைகளில், கடைக்கால் அமைக்கப்போகும் இடத்தில் அகழியைத் தோண்டி, தோண்டிய மண்ணை சற்று ஈரமாக்க வேண்டும். பின்னர், மூங்கில் சிம்புகளால் (split bamboo) ஆன பின்னல்தட்டிகளை அகழிக்குள் அடுக்குகளாக நிரப்பி, இடையில் மண்ணைக் கொண்டு படத்தில் காட்டியபடி நிரப்ப வேண்டும்.

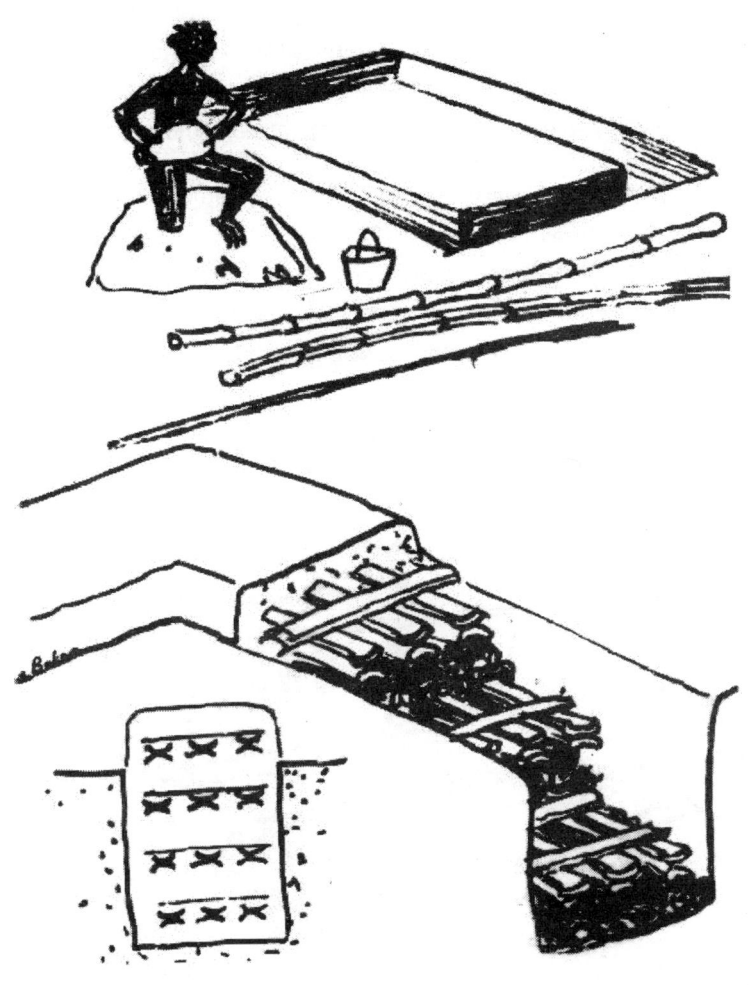

கரிசல் மண், மணல் போன்ற மென்மையான மண் வகைகளில், மிதவை கடைக்கால்களை (floating foundation) அமைக்கலாம். இவை காலப் போக்கில் மேல் உள்ள சுவர்களில் விரிசல் ஏற்படுத்தாமல், ஒரு சராசரியான இரண்டு மாடி வீட்டின் எடையைத் தாங்கக் கூடியவை.

வலுவூட்டுவதற்கு மூங்கில் ஒரு சிறந்த பொருள் ஆகும். TMT கம்பிகளுக்கு நிகரான இழுவிசை வலுவைக் (tensile strength) கொண்டு இருந்தாலும், மூங்கில்கள் துரு பிடிக்காது என்பதால், கடலோர பகுதிகளில் எவ்வித அச்சமுமின்றி இவற்றை சுண்ணாம்பு கற்காரையுடன் (lime concrete) பயன்படுத்தலாம்.

0·25
0·75
0·05
METAL
0·10
0·60

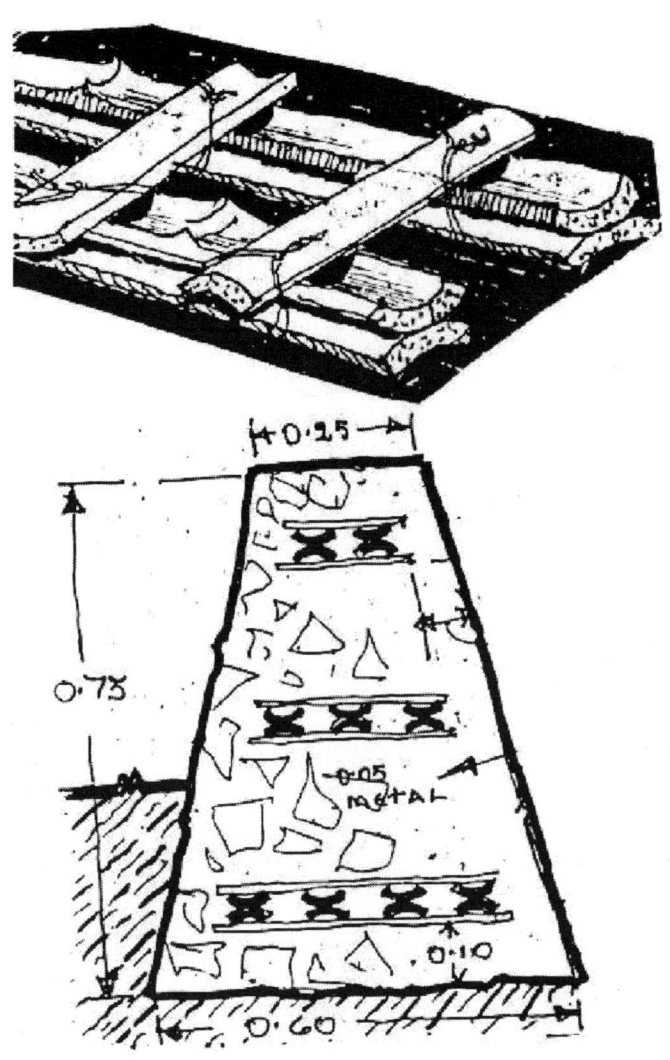

சில மாவட்டங்களில் கற்கள் எளிதாகக் கிடைக்கின்றன. ஆனால் கற்கள் சிறிதாகவும், ஒழுங்கற்றதாகவும் இருப்பதால், இவற்றைப் பயன்படுத்தி சுவரைக் கட்டினால், வலுவான பிணைப்பு ஏற்பட வாய்ப்பு இல்லை. மேலும் கூடிய விரைவில் சுவரில் பிளவுகள் ஏற்பட்டுவிடும்.

இம்மாதிரியான சூழ்நிலைகளில், 45செ.மீ. நீளம், 23செ.மீ. அகலம் மற்றும் 15செ.மீ. உயரத்தில், மேல் பகுதி மற்றும் கீழ் பகுதி இல்லாத, இரும்பு அல்லது மரத்தால் ஆன ஒரு அச்சினை உருவாக்குங்கள்.

அந்த அச்சினுள் முதலில் பெரிய கற்களை வைத்து, பின்பு சிறிய கற்களால் ஆன கற்காரையை (concrete) அச்சு முழுவதும் நிரப்பவும். கற்காரை உலர்ந்த பின் அச்சினை எடுத்தால், கட்டுமானத்திற்குத் தேவையான கற்காரை-கருங்கல் இட்டிகை (concrete-stone block) கிடைக்கும்.

மண் சுவர்கள்
நீரிலிருந்து
பாதுகாக்கப்பட
வேண்டும்

மண்

மேற்கூரையை சுவருக்கு வெளியில் நீட்டும் போது ஒரு குடை போன்று செயல்படும்.

கூரையில் வழியும் மழைநீர் தரையில் பட்டு தெறிக்கும் போது, மண் சுவரின் அடிமட்டத்தை அதிலிருந்து பாதுகாக்க வேண்டும்.

பசுமக்கல் (ADOBE)

இவை வெயிலில் உலர வைத்த மண் கற்கள் ஆகும். இதுவே அநேகமாக மண் கட்டுமான முறைகளில் மிகவும் பிரபலமான முறையாக இருக்கும். ஏனெனில் பசுமக்கற்களை எவராலும் தயாரிக்கவும், கட்டுவதற்கு நேரம் வரும் வரை அவற்றை சேமித்து வைக்கவும் முடியும். சரியாகத் தயாரிக்கப்பட்டால், பசுமக்கற்களைக் கொண்டு இரண்டு தள வீடுகளைக் கூட எளிதாகக் கட்டலாம்.

MUD

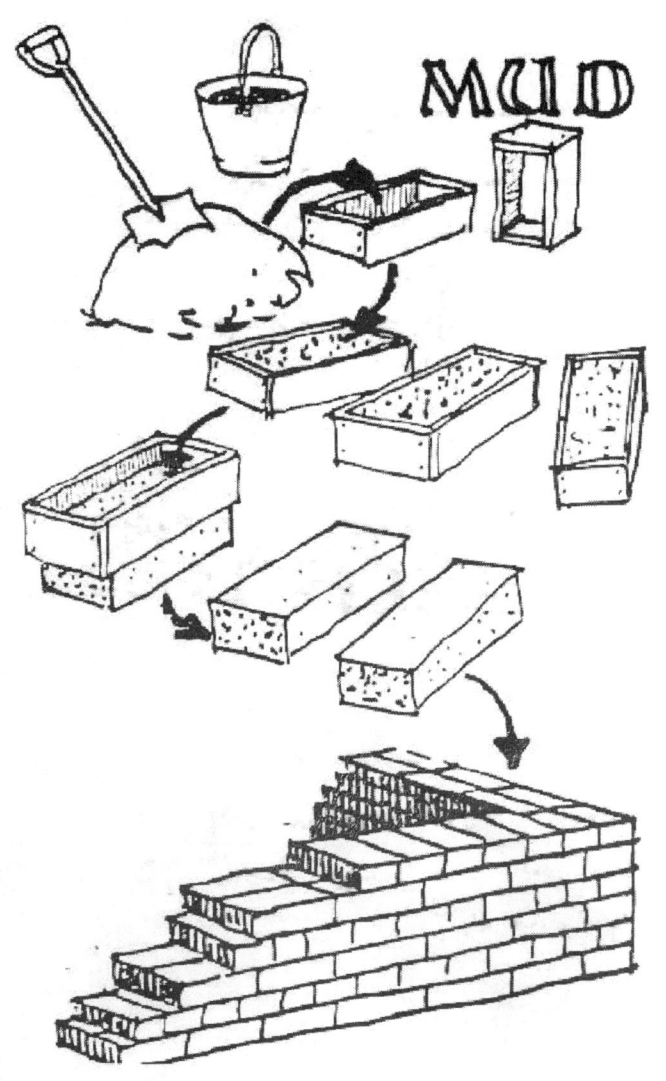

வைக்களி (COB)

மண்ணை சிறிதளவு தண்ணீரில் கலக்கவும். உங்களால் முடிந்த அளவு மண்ணை இரண்டு கைகளில் எடுத்துக் கொண்டு உருட்டி சுருட்டவும்.

இந்த மண் உருண்டைகளை வரிசைகளில் நெருக்கமாக தட்டி ஒரே வரியில் அடுக்கவும். பின்னர் சுவரின் புறப்பகுதிகளை ஒரு காரைக்கரண்டியைக் கொண்டு மென்மையாக்கவும். இந்த வகையான சுவரை யார் வேண்டுமானாலும் கட்டலாம். பொதுவாக சுவர் கட்டும் உயரத்திற்கு மேல் இந்த முறையில் சுவர் கட்டுவதை தவிர்க்கவும். வளைந்த அல்லது வட்ட சுவர்களுக்கு இது மிகவும் ஏற்றது.

அழுத்திய மண் கல்
(COMPRESSED EARTH BLOCK)

கைகளால் இயக்கும் இயந்திரத்தைக் கொண்டு மண்ணை இறுக்கமாக அழுத்தி, மென்மையான, வலுவான மண் கல்லாக மாற்ற வேண்டும். இந்த இயந்திரம் கூட்டு சமூகம் அல்லது உள்ளாட்சியின் உடைமையாக இருக்கலாம்.

இந்த அழுத்தப்பட்ட மண் கல்லை மூன்று தள வீடுகள் கட்டவும் பயன்படுத்தலாம். இருப்பினும் ஒவ்வொரு தளப் பலகத்தையும் (floor slab) சுவரின் வெளியில் கூடுதலாக நீட்டி, மழைநீரில் இருந்து பாதுகாக்க வேண்டும்.

திமித்த மண் (RAMMED EARTH)

சரியாகத் தயாரிக்கப்பட்ட சட்டகத்தினுள், மண்ணை இட்டு திமித்தால், அது மிகவும் வலுவான சுவராக உருபெறும். இந்த சட்டகம் துண்டுகளாக பிரிக்கும்படி இருத்தல் நன்று.

இது மிகப் பெரிய, எடை அதிகமான கட்டடங்கள் கட்ட வல்லது. இதனால் கனமான கற்காரை கூரையின் எடையையும் தாங்க முடியும்.

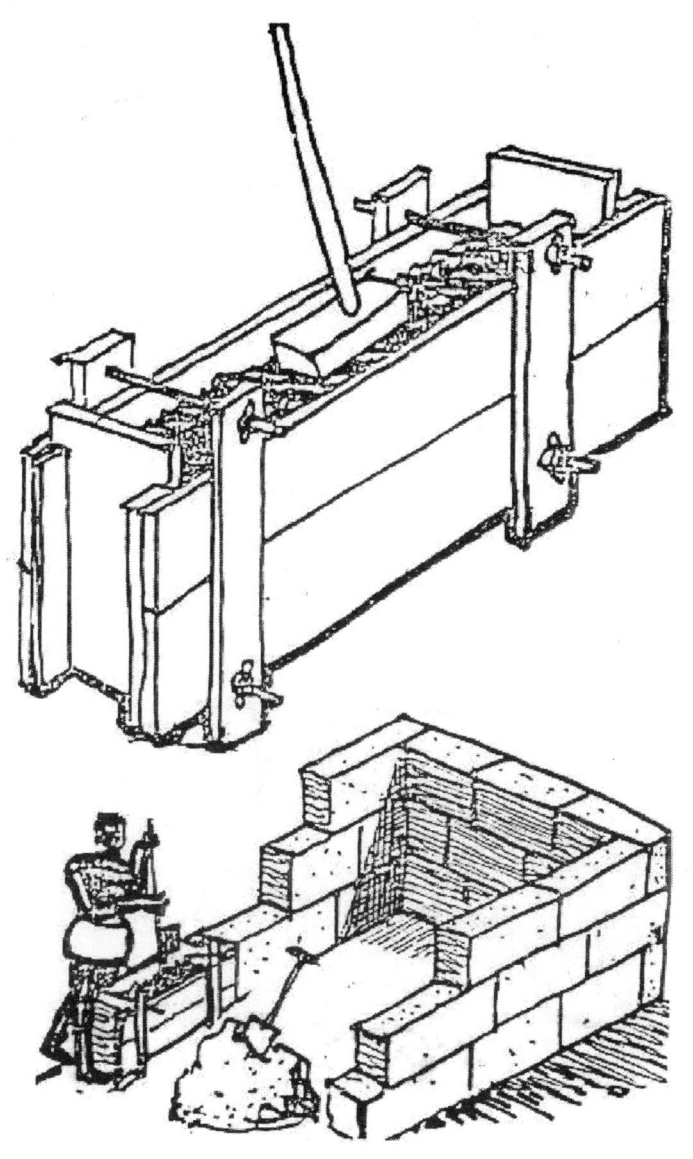

பின்னல்தட்டி சாந்து (WATTLE & DAUB)

மண் மற்றும் மூங்கிலைப் பயன்படுத்தி வீடு கட்டும் இந்த முறையானது, இந்தியாவின் வடகிழக்கு மாநிலங்களில் அதிகம் பயன்பாட்டில் உள்ளது. இது மூங்கில் வளரும் பகுதிகளில் பரவலாக பயன்படுத்தப் படுகிறது. குறிப்பாக நிலநடுக்கத்திற்கு உள்ளாகும் பகுதிகளில் இம்முறையை பயன்படுத்துவது பாதுகாப்பானது. இந்த முறை எந்த வடிவிலான கட்டுமானத்திற்கும் பொருந்தும். இதனை எடைத் தாங்கும் சுவராக அல்லாமல் எடைத் தாங்கா தடுப்பு சுவர்களாகவே பயன்படுத்த முடியும்.

ஊரக நிலைப்படுத்திகள்
(RURAL STABILISERS)

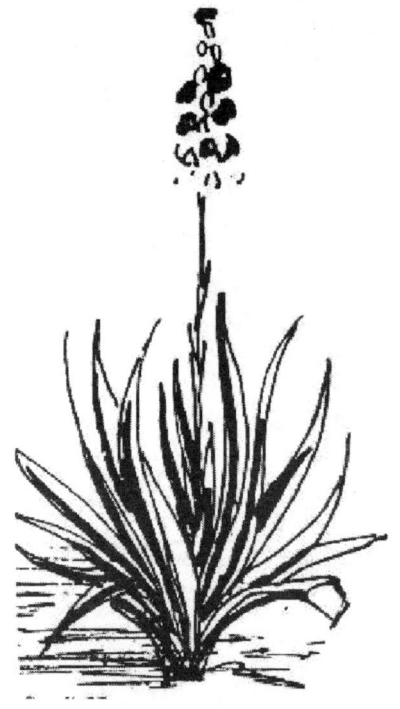

தாவரச் சாறுகள் (plant juices), தாவர நாரிழை (plant fibres), கற்றாழை (Aloe Vera) மற்றும் பல.

வைக்கோல்

உமி

மாட்டு சாணம்

செம்புரை மண் (LATERITE)

கேரளாவின் பல பகுதிகளிலும் மற்ற சில மாநிலங்களிலும் இந்த செம்புரை மண் காணப்படுகிறது. இது இயற்கையாகவே திடமாக கிடைப்பதால், இதன் உற்பத்திக்கென ஆற்றலும் வீணாக்கப் படுவதில்லை.

துரதிர்ஷ்டவசமாக, மண் மற்றும் மணலை போலல்லாமல், செம்புரை மண் ஒரு முறை வெட்டியெடுக்கப்பட்டால் அது மீள் உருவாகாது. இது மிகவும் கனமாக இருப்பதால், கொத்தனார்களுக்கு குறிப்பிட்ட உயரத்திற்கு மேல் தூக்கிக் கொடுப்பதும், கையாள்வதும் கடினமாகும். இருப்பினும் சிமிட்டிக் கற்களை விட செம்புரை மண் கற்களை பயன்படுத்துவதே சிறந்தது.

சிமிட்டிக் கற்கள் (CEMENT BLOCKS)

இவை தற்போது மிகவும் அதிகமாகப் பயன்படுத்தப் படுகின்றன. லட்சக் கணக்கானோருக்கு வீடுகள் கட்டும் போது, இது ஏற்கத்தக்கது அல்ல. சிமிட்டி அதீத உற்பத்தி ஆற்றல் கொண்ட பொருள். இந்தியா போன்ற நாட்டில், எரிபொருள் ஆற்றல் குறைவாகவே உள்ளதால், சிமிட்டியை பெரும்பாலும் இறக்குமதி செய்ய வேண்டியுள்ளது. செங்கல் சுவரில் பயன்படுத்தப்படும் சிமிட்டி அளவைக் காட்டிலும், சிமிட்டிக் கல் சுவரில் சிமிட்டியின் பயன்பாட்டளவு மிகவும் அதிகமாக இருக்கும். சிமிட்டிக் கற்கள் மிகவும் கனமாக இருப்பதால், குறிப்பாக இடுப்பு மட்டத்திற்கு மேலே தூக்கி கட்டும்போது, கட்டுமான நேரத்தை தாமதப்படுத்துவது மட்டுமல்லாமல், அதிக வேலை ஆட்களும் தேவைப்படுகின்றனர்; ஆனால் செங்கற்களையோ எந்த உயரத்திற்கும் எளிதில் வீசி எறிய முடியும்.

ஆங்கிலக் கட்டு (ENGLISH BOND)

இது இந்தியாவில் பரவலாகப் பயன்படுத்தப்படும் 9" செங்கல் சுவர் முறை ஆகும்.

ஒரு வரிசை நெட்டாய் வரிசையாகவும் (stretcher course), அடுத்த வரிசை கட்டாய் வரிசையாகவும் (header course), இதன் சுவர்கள் கட்டப்படுகின்றன.

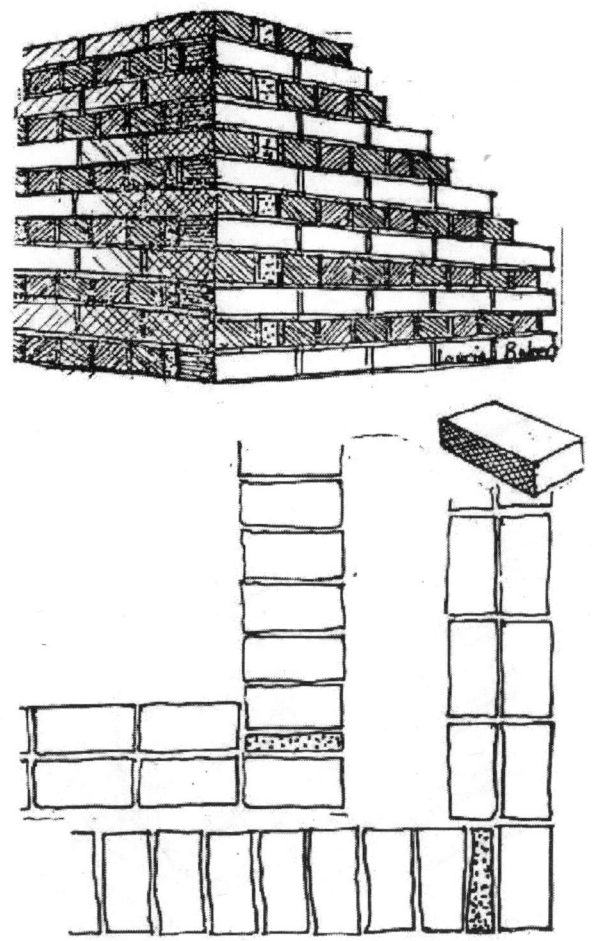

ஃபிளெமிஷ் கட்டு (FLEMISH BOND)

ஒரே வரிசையிலேயே ஒரு நெட்டாய் கல்லும், ஒரு கட்டாய் கல்லும், மாறி மாறி தொடர்ந்து கட்டுவதே ஃபிளெமிஷ் கட்டு ஆகும். இதற்கு ஆங்கிலக் கட்டை விடவும் சில நன்மைகள் உண்டு. ஆனால் இந்தியாவில் இன்னும் இது பரவலாக பயன்படுத்தப்படுவது இல்லை.

எலிப் பொறிக் கட்டு (RAT-TRAP BOND)

பல நூறு ஆண்டுகளாக இங்கிலாந்தில் பயன்படுத்தப் பட்டாலும், இம்முறை இந்தியாவில் இன்னும் பரவலாக அறியப்படவில்லை. இது மற்ற கட்டுகளைப் போலவே வலுவானது. ஆனால் இதற்கு 25% செங்கல் மற்றும் சாந்து குறைவாகப் பயன்படும்.

Laurie Baker

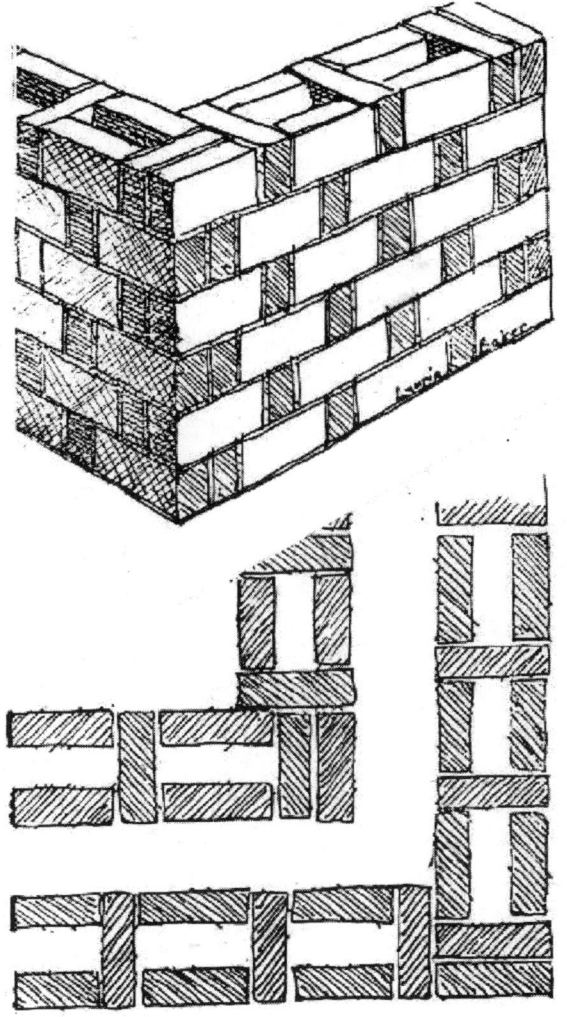

வெப்பத்தை தடுக்க இது மிகவும் சிறந்தது.

செங்கலைப் படுக்கையாக வைக்காமல் குத்துக்கல்லாக வைக்க வேண்டும். இதில் ஆணிக்கல்லும் (rowlock) கண்ணாடிக்கல்லும் (shiner) மாறி மாறி வைத்துக் கட்டப்படுவதால், நடுவில் பெட்டிப் போன்ற துளைகள் உருவாகும். எலிப் பொறிக் கட்டு சுவரில் உள்ள துளைகள், வெப்பம் மற்றும் குளிரை தடுக்க வல்லது. கொத்தனார் கவனக்குறைவாகக் கட்டினால், கலவை துளைகளில் விழுந்து இந்த கட்டுமான முறை பாழாகிவிடும்.

இதைத் தவிர்க்க:

1. கலவை மிகவும் ஈரமாக இல்லை என்பதை உறுதிப்படுத்திக் கொள்ளுங்கள்.

2. 3" அகலமான மர பலகைகளைப் பயன்படுத்தித், துளைகளுக்கு உள்ளே கலவை சிந்தாமல் இருபுறமும் கலவை இட வேண்டும்.

3. நடுவில் உள்ள குறுக்கு செங்கலின் மீது கலவை இடத் தேவையில்லை.

3' X 3" X 0.75"

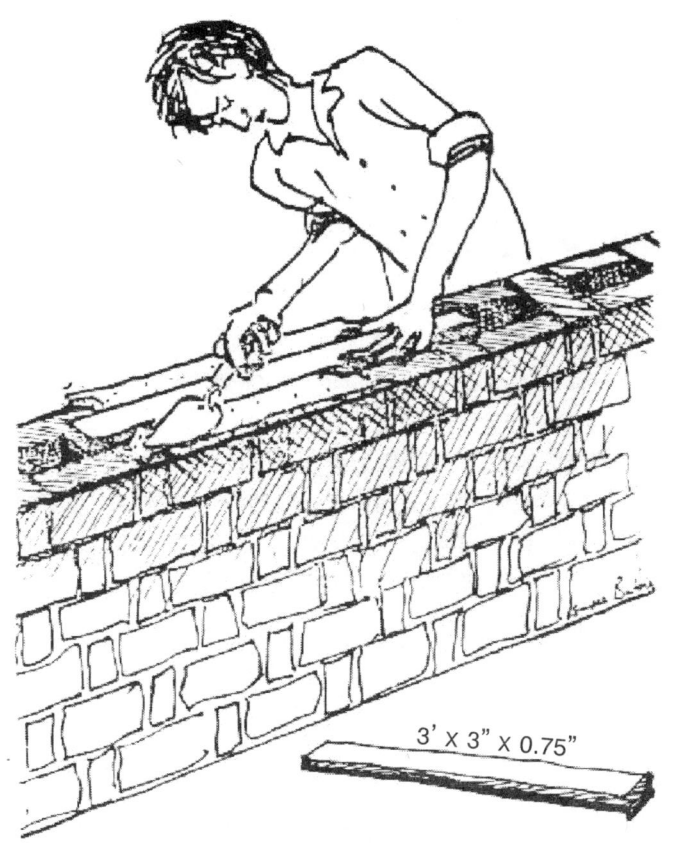

செங்கல் இடைவெளி

ஒரு குறிப்பிட்ட நீளத்தில் செங்கல் சுவரைக் கட்டினால், முதலில் ஒரு பக்கத்தில் மட்டும் செங்கற்களை அடுக்கி வைத்து பார்க்கவும். அப்படி வைத்து பார்க்கும்போது, ஒருவேளை பெரிய இடைவெளிகள் வரலாம். சிலசமயம் சுவரின் குறிப்பிட்ட நீளத்தை தாண்டியும் போகலாம். இதை சரி செய்ய சிறிய செங்கல் துண்டுகளை இடையில் புகுத்த கூடாது. இவ்வாறு புகுத்தினால் சுவரின் முழு உயரத்திற்கும் பிணைப்பில் சிக்கல்கள் ஏற்படும்.

ஒவ்வொரு செங்கலையும் சற்று நகர்த்துவதன் மூலம், செங்கல் வரிசையில் இருக்கும் இடைவெளிகளை எளிதில் சரி செய்யலாம்.

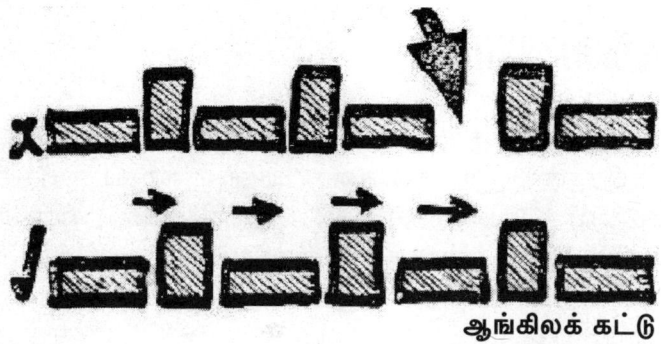

ஆங்கிலக் கட்டு

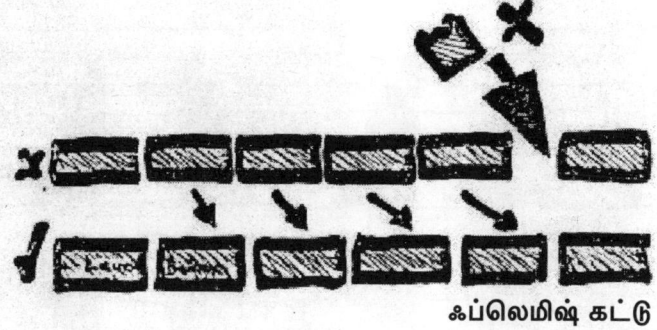

ஃப்லெமிஷ் கட்டு

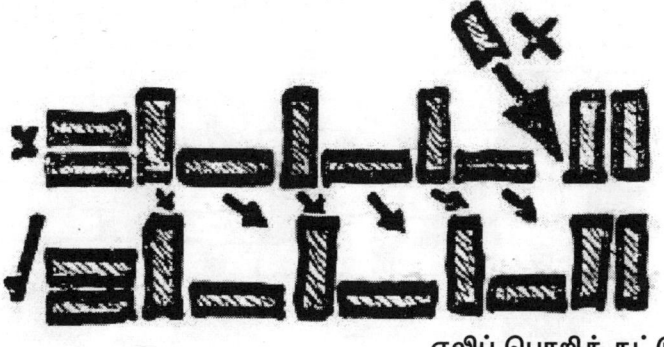

எலிப் பொறிக் கட்டு

செங்கல் ஜாலி

ஜாலிகள் முன்னர் துளையிடப்பட்ட கற்களாக இருந்தன. ஒரு கட்டடத்திற்குள் இயற்கையான காற்று மற்றும் வெளிச்சம் நுழைவதற்குப் பயன்படுத்தப்படும், இந்தியாவின் பழமையான முறைகளில் இது ஒன்றாகும். பாதுகாப்பு மற்றும் அந்தரங்கம் போன்றவற்றையும் கருத்தில் கொண்டு இவை வடிவமைக்கப் படுகின்றன.

செங்கல் ஜாலியை சுவரில் ஒரு பகுதியாகவும், சுமை தாங்கும் ஒரு முழு சுவராகவும் பயன்படுத்த முடியும்.

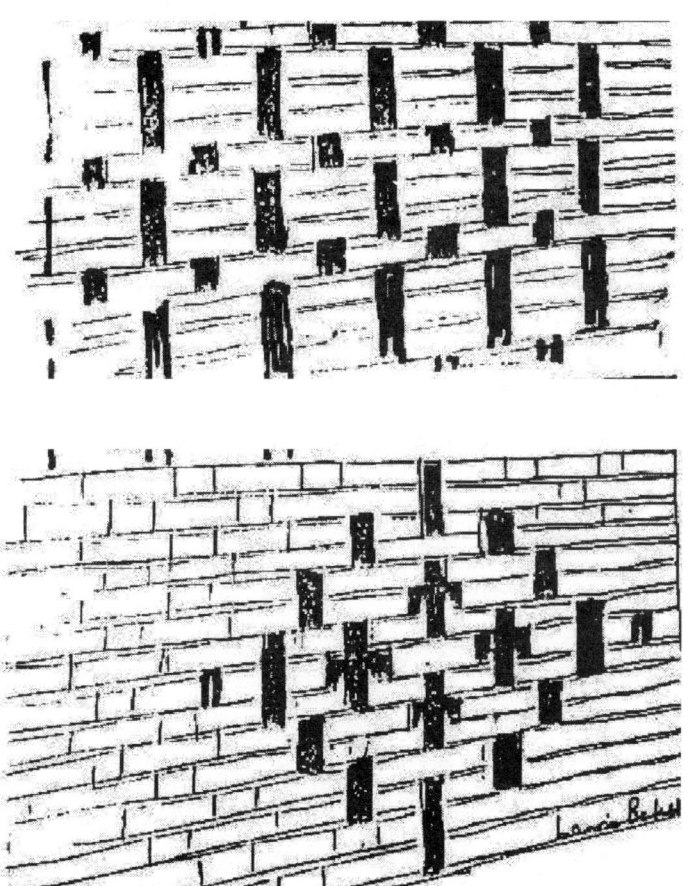

முதலில் உள்ளது பழங்காலத்தில் இருந்தே பயன்படுத்தப் பட்டு வரும் தேன்கூடு வடிவ செங்கல் ஜாலி.

இதிலுள்ள துளைகள் செங்குத்தாக விரிவாக்கப்படலாம்.

அல்லது இரண்டு மூன்று வரிசைகளுக்கு ஒரு முறை இது போல சிறிய துளைகளை விட்டுக் கட்டலாம்.

ஒருமுறை இந்த வடிவங்களைப் பயன்படுத்திப் பழகிவிட்டால், ஒரு கொத்தனார் தானாகவே பல வடிவங்களைச் செய்து மகிழலாம்.

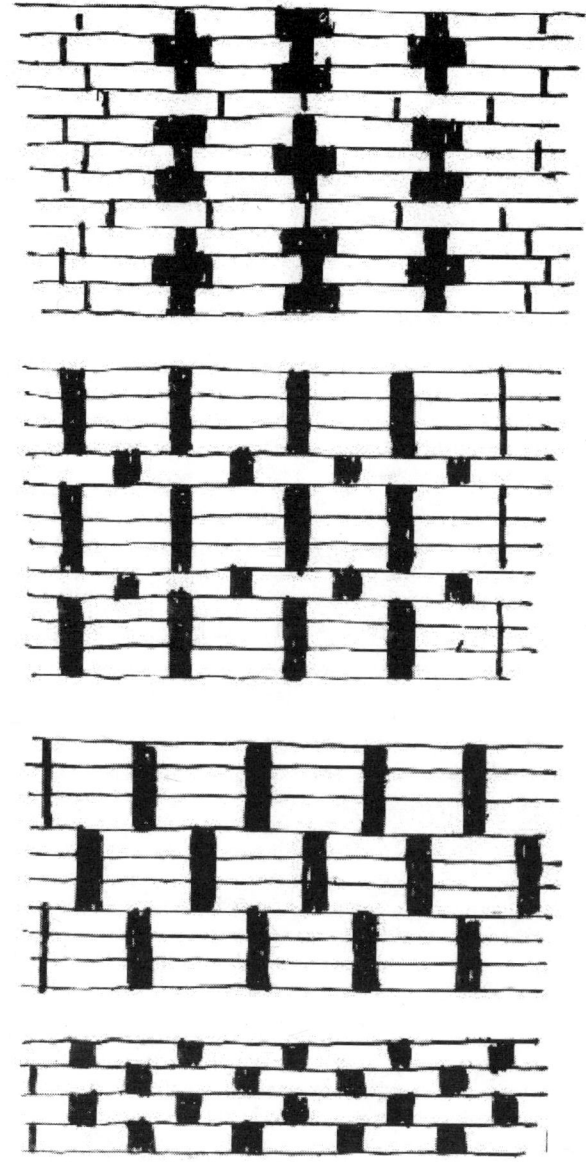

சாளரங்கள் விலை உயர்ந்தவை. ஒரு சதுர மீட்டர் பரப்பளவு கொண்ட வெற்றுச் செங்கல் சுவரை விட, ஒரு சதுர மீட்டர் பரப்பளவு கொண்ட மரச் சாளரம் பத்து மடங்கு விலை அதிகமாக இருக்கும்.

வெளியே பார்ப்பதற்கும், வெளிச்சம் மற்றும் சுத்தமான காற்றினை உள்ளே கொண்டு வருவதற்கும் சாளரங்கள் பயன்படும். பல நேரங்களில் சாளரங்களைப் போலவே ஜாலிகளும் இதே செயல்பாடுகளுக்குப் பொருத்தமாக இருக்கும். இந்த ஜாலிகளை செங்கற்களைக் கொண்டே அமைத்தால், ஒரு சாதாரண செங்கல் சுவரை விட இது விலை மலிவாக இருக்கும்.

இங்குள்ள படங்கள் செங்கற்களால் செய்யப்படும், சில ஜாலி அமைப்புகளை காட்டுகின்றன.

Rs.+

Rs –

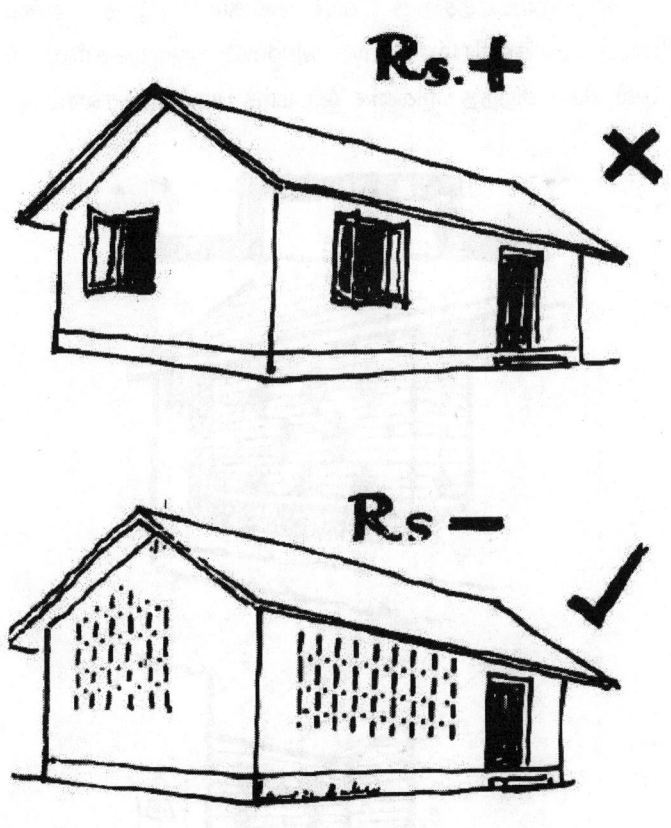

தரையில் இருந்து மேல் கூரை வரை மற்றும் ஒரு தூணில் இருந்து அடுத்த தூண் வரை, பெரிய செங்கல் ஜாலி சுவர்கள் நெளிந்தோ அல்லது மடிந்தோ கட்டப்படலாம். 4.5" சுவர் ஜாலியாக இருந்தாலும் வலிமையாகவே இருக்கும். இந்த அமைப்பு நடைபாதை, வகுப்பறை, பெரிய மண்டபம் போன்ற பொதுத் தளங்களில், சிறந்த வெளிச்சம் மற்றும் காற்றோட்டத்திற்கு வழிவகுக்கும். இந்த அமைப்பை தூணிடைப் பலகணியில் (bay window) அமைத்தால், வெப்ப காலத்தில் மிகச் சிறந்த படுக்கை இடமாக பயன்படுத்தலாம்.

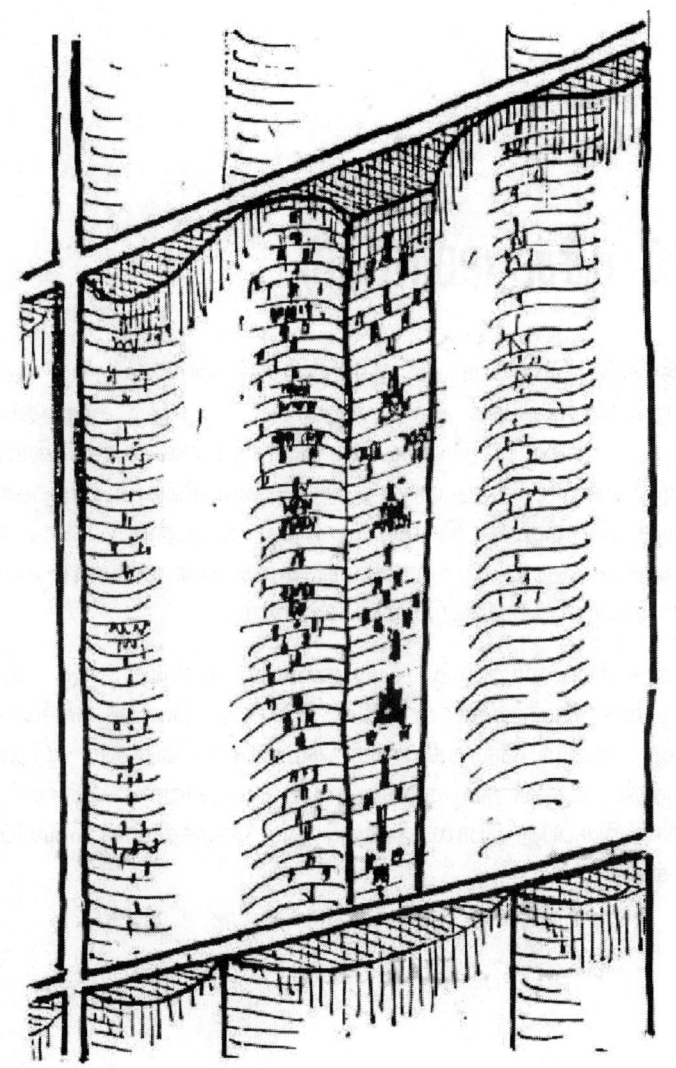

கீறிப் பூச்சு (POINTING)

செங்கற்கள் பெரும்பாலும் நீளத்தில் வேறுபடுகின்றன. சுவரின் ஒரு புறம் நேர்த்தியாக இருந்தாலும் கூட, மறுபுறம் சீறற்றதாகவே இருக்கும். எனவே கட்டுமானப் பொறியாளர்களில் பலர் சுவரைப் பூச வேண்டும் என்பார்கள். ஆனால் பூச்சு வேலை விலை உயர்ந்ததாகும். அதாவது மொத்த கட்டுமான செலவில் கிட்டத்தட்ட 10% வரை செலவாகும். அது மட்டுமல்லாமல், பூச்சுக்கு வண்ணம் அடிப்பதற்கும், அதன் பராமரிப்புக்கும் கூடுதல் செலவாகும்.

செங்கற்களின் மாறுபடும் நீளங்களைக் கையாள ஒரு சிறந்த வழி உண்டு. கீழ் உள்ள படத்தில் இருப்பது போல, சுவரின் ஒரு புறத்தை மட்டும் நேர்த்தியாகக் கட்டினால் போதும். இதனால் மறுபுறத்தில் உருவாகும் குழிகளை மட்டும் பூசினால், இரண்டாவது படத்தில் இருப்பது போல, அங்கும் ஒரு நேர்த்தியான வெளிப்புறம் கிடைக்கும்.

Rs+
Rs-

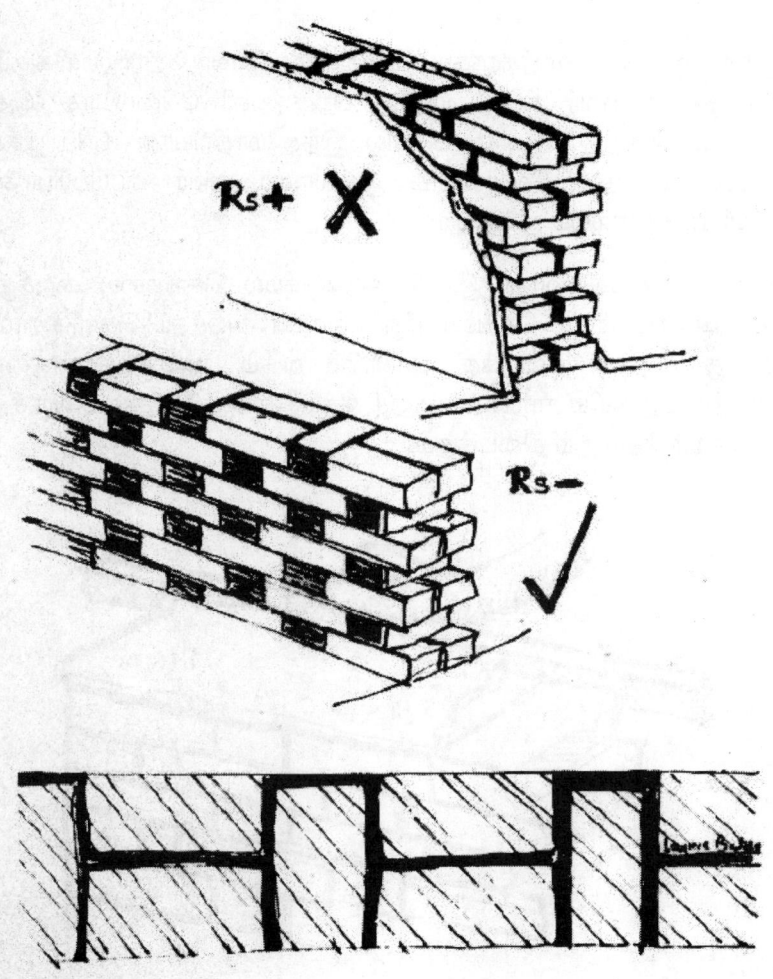

பூச்சு இல்லாத சுவர்களுக்கு கீறிப்பூச்சு சீரான தோற்றமளிக்கும். பொதுவாக சுவர் கட்டி முடித்த பிறகு தனி வேலையாக இது செய்யப்படுகிறது. ஆனால் சுவரில் இந்த மாதிரியான கீறிப் பூச்சு வேலையை தனி வேலையாக இல்லாமல், சுவர் கட்டும்போதே செய்தால் செலவும் குறையும்.

சாந்து (கலவை/mortar) இட்டு, அதன் மேல் செங்கலை வைத்து, உங்கள் கைகளால் செங்கல் மீது லேசான அழுத்தம் கொடுத்தால், சாந்து பிதுங்கி சுவருக்கு வெளியே வரும். காரைக்கரண்டியை வைத்து பிதுங்கிய சாந்தை அழுத்தி தேய்த்தாலே போதும்; சுவருக்கு அழகியத் தோற்றம் கிடைக்கும்.

திறப்பு விட்டங்கள் (LINTEL)

திறப்பு விட்டங்கள் (lintel) பெரும்பாலும் வலுவூட்டப்பட்ட கற்காரையைக் (RCC - Reinforced Cement Concrete) கொண்டே செய்யப்படுகின்றன. இவற்றிற்கு எஃகும் கற்காரையும் பயன்படுத்தப் படுகின்றன.

பெரும்பாலும் 4 அடி அகலம் வரை உள்ள கதவு மற்றும் சாளரங்களுக்கு மேல், திறப்பு விட்டங்கள் தேவைப்படாது.

இரண்டாவது படத்தில் இருப்பது போல, கற்காரை இல்லாமல் சாதாரண செங்கற்களை அடுக்கியே திறப்பு விட்டங்களை செய்யலாம்.

இதை விட ஒரு வலுவான திறப்பு விட்டம் தேவை எனில், கடைசி படத்தில் இருப்பது போல செங்கற்களை ஓரங்களில் வரிசையாக அடுக்கி, நடுவில் ஒன்று அல்லது இரண்டு கம்பிகளை வைத்து, கற்காரையைக் கொண்டு நிரப்பிவிட்டால், அதிக எடைக் கொண்ட சுவர்களையும், கூரைகளையும் கூட இவைத் தாங்கக் கூடியதாக இருக்கும்.

வழக்கமாக பயன்படுத்தப்படும் திறப்பு விட்டங்களுக்கு ஆகும் செலவில் பாதி செலவே இவ்வகை திறப்பு விட்டங்களுக்கு ஆகும்.

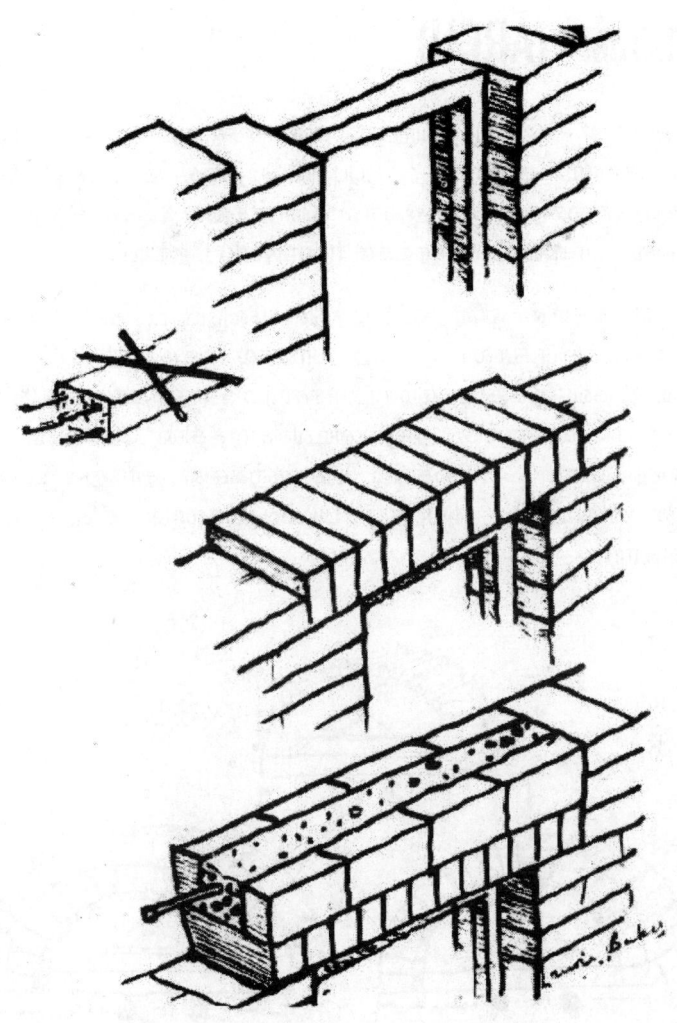

கவான் (ARCH)

கவான்களை வெவ்வேறு வடிவங்களிலும் அளவுகளிலும் அமைக்கலாம். கற்காரை திறப்பு விட்டத்தை விட, இது செலவு குறைவான முறையாகும். ஆனால் கவான்களை உருவாக்கும் போது, சில வகையான வடிவச்சாரங்கள் (formwork) தேவைப்படும்.

சில நேரங்களில் ஒரே கட்டடத்தில் வேறுபட்ட அளவுகளில் பல கவான்கள் இருக்கலாம். அப்படியானால், இருப்பதிலேயே சிறிய அளவான கவானுக்கு மட்டும் வடிவச்சாரம் உருவாக்கினால் போதும். பெரிய கவான்களுக்கு அந்த வடிவச்சாரத்தின் மேலேயே ஒன்று அல்லது இரண்டு வரிசையில் செங்கற்களை சாந்து இல்லாமல் கவான் வடிவத்தில் வைத்துப் பயன்படுத்தலாம் (கீழே படத்தில் உள்ளவாறு).

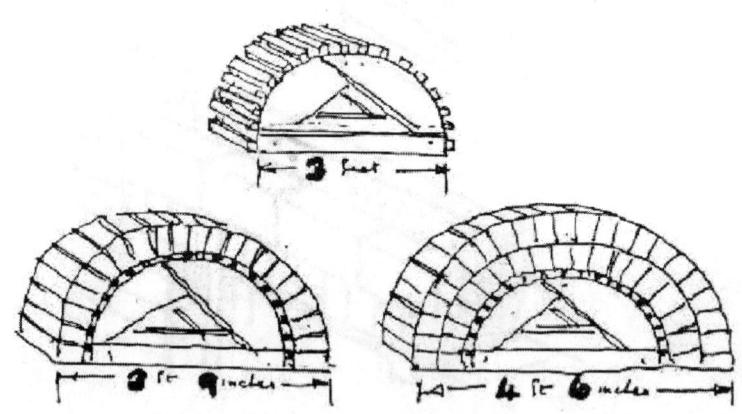

Rs +
Rs –
Rs –
Laurie Baker

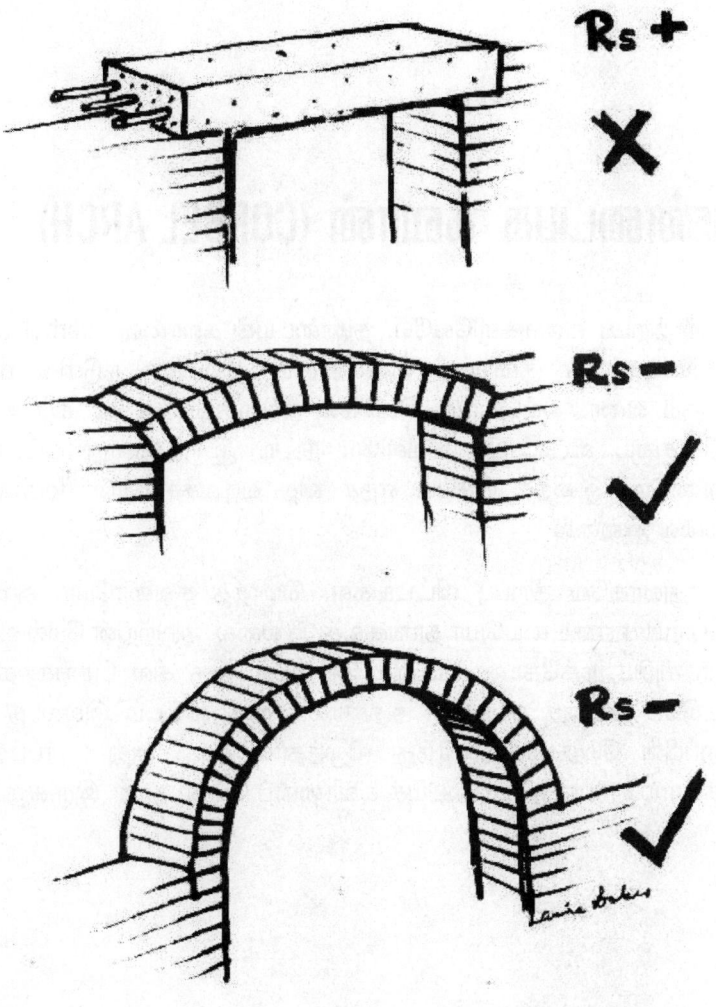

தண்டையக் கவான் (CORBEL ARCH)

சுவர் திறப்பு வகைகளிலேயே, தண்டையக் கவானை (corbel arch) அமைப்பதற்கே குறைந்த செலவாகும். திறப்பின் நடுவில் வந்து சேரும் வரை, ஒவ்வொரு செங்கல் வரிசையும், அதன் கீழ் உள்ள வரிசையை விட 2.25" வெளியே நீட்டி இருக்குமாறு கட்டப்பட வேண்டும். இதைச் செய்ய எந்த வித வடிவச்சாரமும் (formwork) தேவை இல்லை.

பொதுவாகவே திறப்பு விட்டங்கள், மொத்த சுவரையோ அல்லது கூரையின் எடையையோ தாங்குவது இல்லை. அவற்றின் மேல் உள்ள ஒரு சிறிய முக்கோண வடிவில் அடங்கும் ஒரு சில செங்கற்களை மட்டுமே அவைத் தாங்கும். அதனால் திறப்பு விட்டம் இல்லாத ஒரு திறப்பின் மேற்பகுதி இடிந்து விழுந்தால் கூட, அது பார்ப்பதற்கு தோராயமாக ஒரு தண்டையக் கவானைப் போல தான் இருக்கும்.

Rs –

Rs +

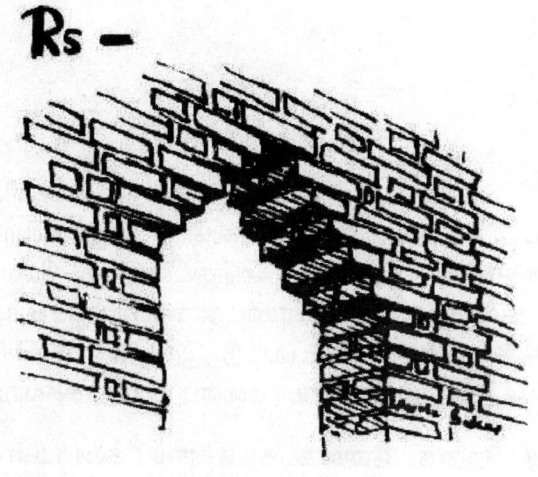

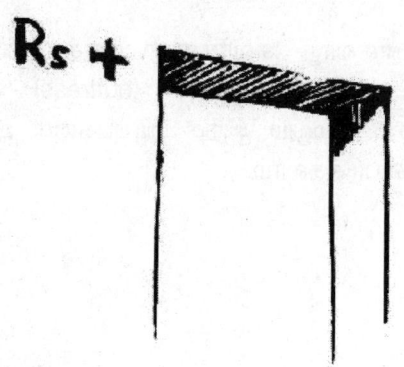

ஒழுங்கான பிணைப்புடன், குறுகிய நீளங்களில் (2மீ. வரை) கட்டப்பட்டால், 4.5" சுவரே பாதுகாப்பானதாகவும், வலிமையானதாகவும் இருக்கும். அத்துடன் ஒரு மேல் மாடியின் எடையைச் சுமக்கும் திறன் கொண்டதாகவும் இருக்கும். சுவருக்கு வெளியே கூரை நன்றாக நீட்டப்பட்டு இருந்தால் (50செ.மீ.), மழை மற்றும் ஈரப்பதத்தில் இருந்து சுவர்களைப் பாதுகாக்கலாம்.

4.5" சுவரை நேராக, நீளமாக கட்டினால், கூரையின் எடையை அதனால் தாங்க முடியாது. அவ்வாறு கட்டினால் சுவரில் விரிசல்கள் ஏற்பட்டு உடைந்து விழவும் வாய்ப்புள்ளது.

எனவே, படத்தில் உள்ளவாறு சுவர்களின் நீளத்தைக் குறைக்க மடிப்புகள் அல்லது உதைசுவர்களுடன் (buttress) கட்டினால், வீடு வலுவாக இருக்கும். மேலும் இந்த மடிப்புகளை உட்புறத்தில் அலமாரிகளாகவும் பயன்படுத்தலாம்.

4 1/2"
9" Rs +
4½" Rs −

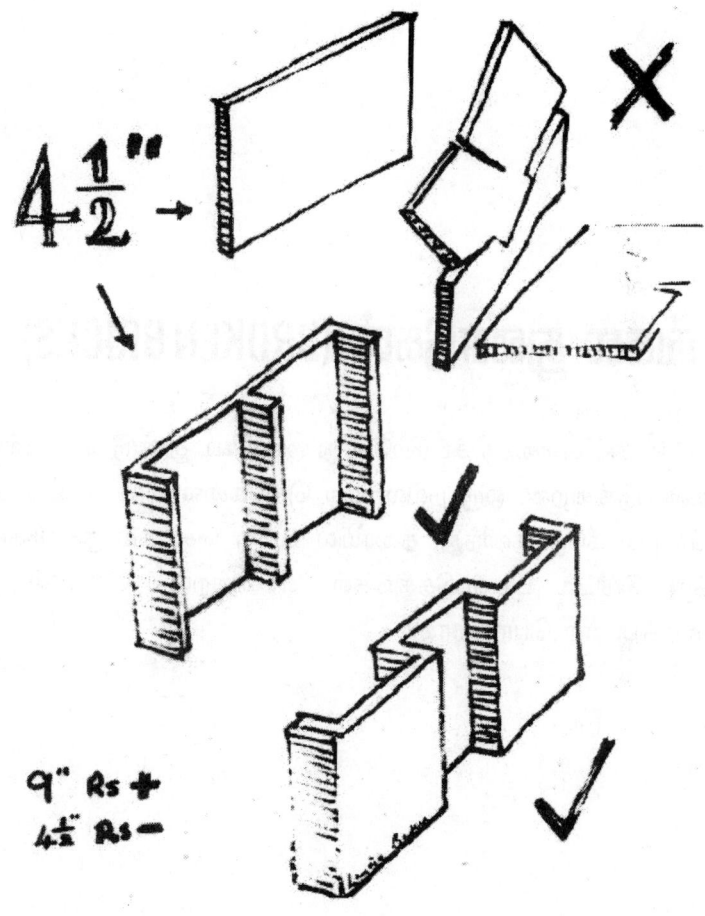

செங்கல் துண்டுகள் (BROKEN BRICKS)

ஒரு செங்கல் சுவரைக் கட்டும்போது அடிக்கடி துண்டு செங்கற்கள் தேவைப்படுகின்றன. ஒரு நல்ல முழு செங்கலை வெட்டி உடைக்க வேண்டாம். கீழே குனிந்து, தரையில உள்ள செங்கல் துண்டுகளை எடுத்து வெட்டி பயன்படுத்துங்கள். ஏனேன்றால் செங்கல் ஒரு விலைமதிப்புள்ள பொருளாகும்.

செங்கல் தரை

அடிப்பீடம் கட்டி முடித்த உடனே, தரை அமைக்க அதற்குள் மண்ணைக் கொட்டி நிரப்பினால், மற்ற கட்டுமான வேலைகளை அதன் மீது நின்று நடந்து செய்கையில், அது வலுவாகிக் கொண்டே இருக்கும்.

கூரையை அமைத்தப் பின்னர் உடைந்த செங்கற்களை சேகரித்து, அவற்றை இறுக்கமாக, வரிசைகளில் சாந்து இல்லாமல், பரவலாக தரையில் அடுக்கி வைக்கலாம்.

பின்னர் சுண்ணாம்பு சாந்தை ஒரு குவியலாகக் கலந்து, அடுக்கிய செங்கற்களின் மீது கொட்டி, இடைவெளி முழுவதுமாக நிரப்ப வேண்டும். இது அனைத்து வகையான தரைகளுக்கும் நல்ல தளமாக அமையும்.

வட்ட வடிவில் உள்ள சுவர்களைக் கட்ட செங்கல் துண்டுகள் உதவியாக இருக்கும்.

உடைந்த செங்கற்களை பயன்படு-த்துங்கள்

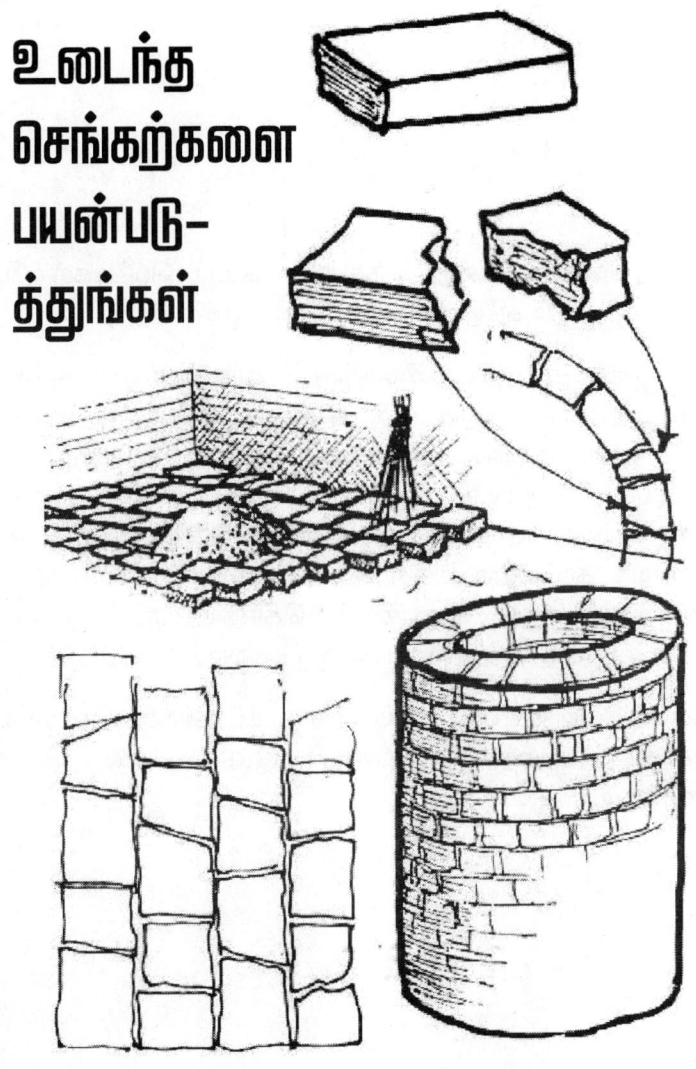

தற்போது 'நவீனம்' என்று கருதபடக் கூடிய பெட்டிகள் போல வடிவமைக்கப்படும் கட்டுமானங்கள், சுவர்களுக்கு ஏற்றதல்ல.

மழை அல்லது வெயிலிலிருந்து எந்தவொரு சுவரையும் பாதுகாப்பதற்கான சிறந்த வழி, கூரையைப் பெரிதாக வெளியில் நீட்டி அமைப்பதாகும். எவ்வகைக் கூரையாக இருந்தாலும் புறநீட்டிப்பு (overhang) இல்லாமல் கட்டினால், சுவர்களில் பூஞ்சைகள் வளர வாய்ப்புள்ளது. ஆனால் எந்நிலையிலும் தட்டைக் கூரையைக் காட்டிலும் மஞ்சி கூரையே (pitched roof) சிறந்தது. ஏனென்றால், மஞ்சி கூரையைக் கொண்ட கட்டுமானங்களின் சுவர்கள் உயரம் குறைந்தவையாக இருக்கலாம்.

கூரையில் புறநீட்டிப்பு இல்லாமல் கட்டினால், சுவர்களைப் பாதுகாக்க அவற்றைப் பூச வேண்டும். இது கட்டுமானச் செலவை அதிகரிக்கும்.

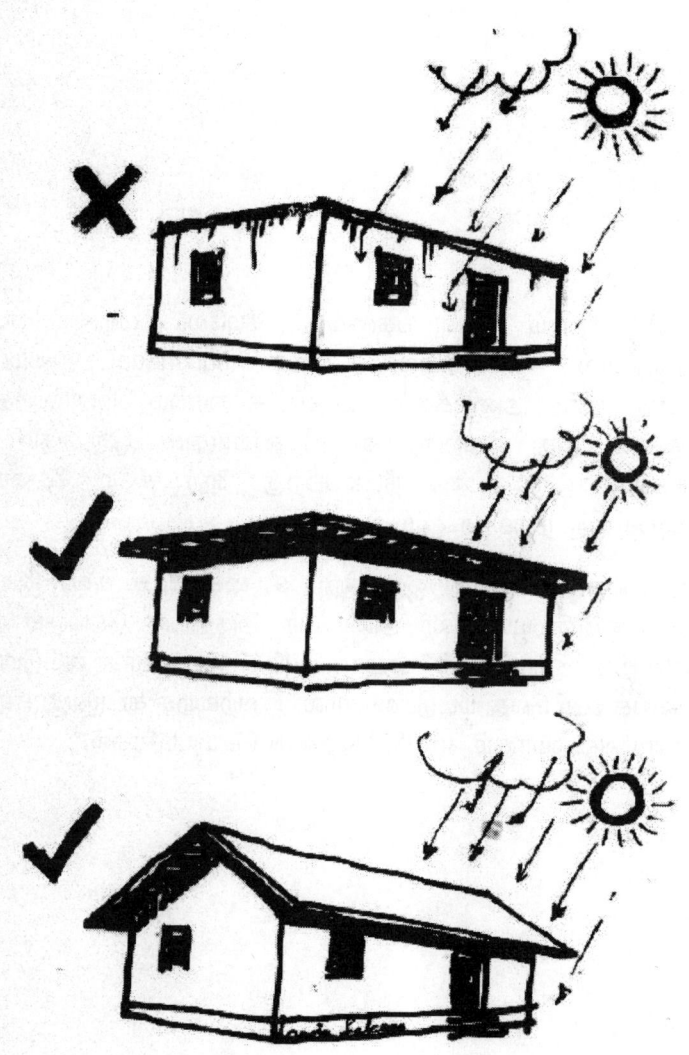

கதவுகள் மற்றும் சாளரங்களுக்கு மேலே, வலுவூட்டப்பட்ட கற்காரையால் ஆன நிழல் படல்கள் (sunshade) அமைப்பது வீணானது. நன்கு அமைக்கப்பட்ட ஒரு கூரையை வெளிப்புறத்தில் நீட்டித்தால், அது இவற்றை விட பயனுள்ளதாக இருக்கும். சில நேரங்களில் ஒரு கூரை நீட்டிப்பிற்கு நேர் கீழே தேவையே இல்லாமல் ஒரு நிழல் படலும் இருக்கும்.

நிழல் படல்களைச் சுற்றி ஒரு சிறிய 9" கைப்பிடிச் சுவர் போன்ற அமைப்பு ஒன்றையும் சிலர் அமைப்பர். அத்துடன் தேங்கும் நீரை வெளியேற்ற ஒரு நீர்க் குழாயையும் அமைப்பர். கட்டுமானச் செலவைக் கூட்டுவது மட்டுமல்லாமல், இவற்றைக் கட்டுவது என்பது வீணான வேலையாகும். எனவே இதனை செய்யாதீர்கள்.

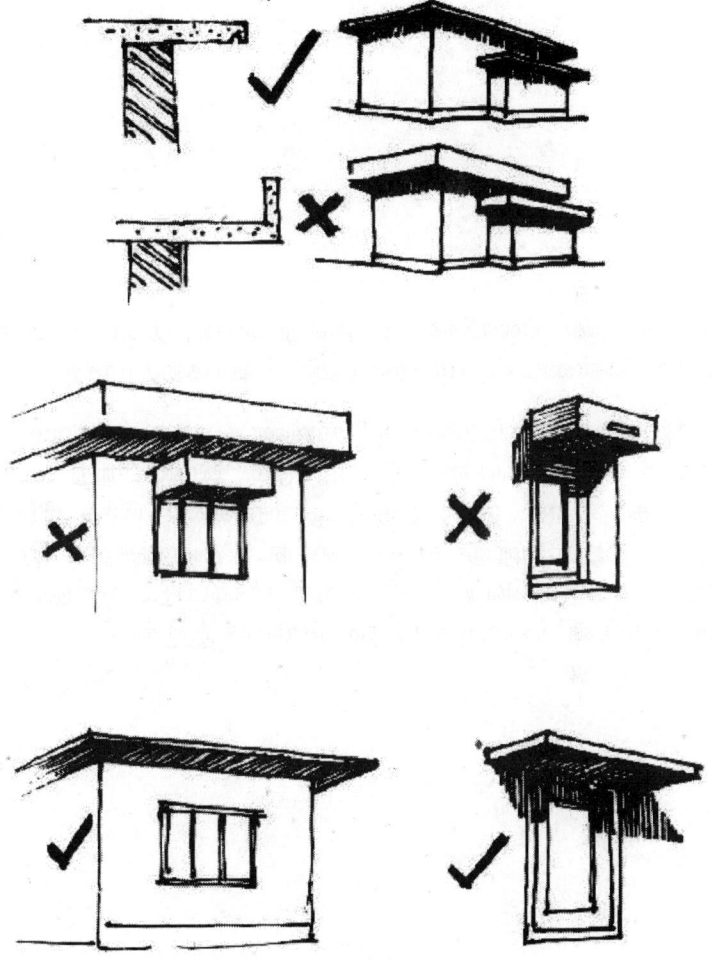

முதல் படத்தில் காண்பிக்கப்பட்டுள்ளது போல, தட்டைக் கூரைக் (flat roof) கொண்ட வீடுகள் அதிகளவில் வெப்பத்தை ஈர்க்கும்.

மஞ்சிக் கூரைகளும் (pitched roof) சரிவான கூரைகளும் (sloped roof) குறைந்த அளவு வெப்பத்தையே ஈர்க்கும். இரண்டாவது படத்தில் உள்ளதைப் போல, நிழல் தரும் பழ மரங்களை இந்த வீடுகளின் தெற்கு மற்றும் மேற்கு திசைகளில் நட்டு வளர்த்தால், இன்னும் குறைவான அளவு வெப்பமே வீட்டினுள் ஈர்க்கப்படும். இந்தக் கூரை அமைப்புகள் வீட்டில் வாழ்வதற்கும் வசதியாக இருக்கும்.

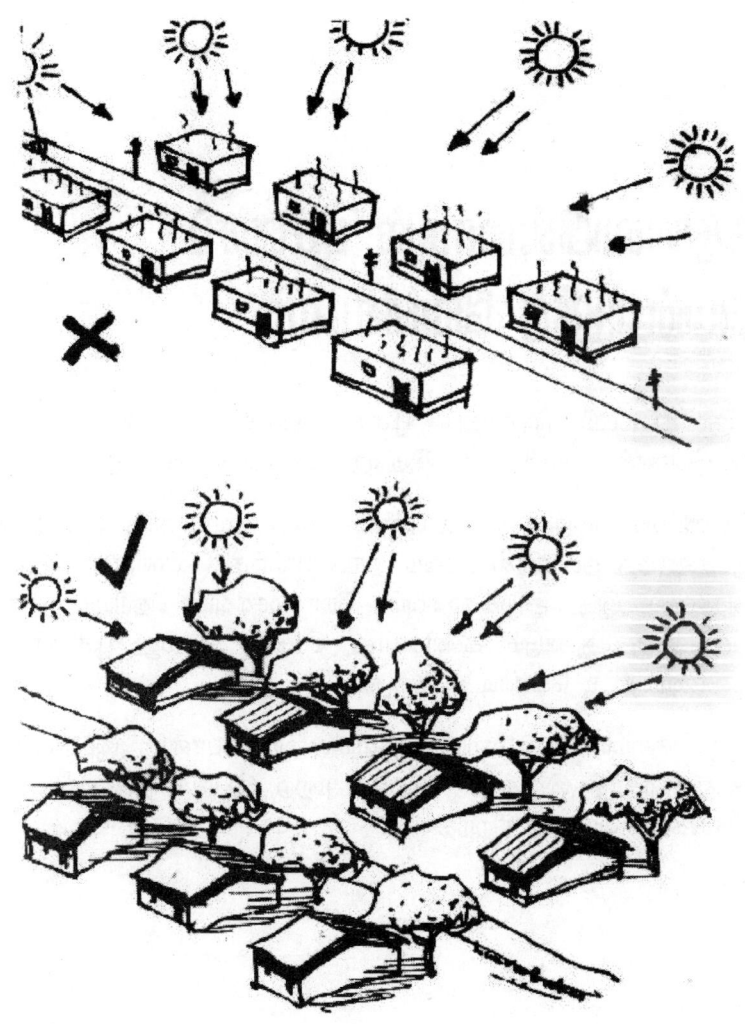

தேவையில்லாமல் பூச்சைப் பயன்படுத்த வேண்டாம்.

ஒரு கட்டடம் முழுவதும் பூச்சு வேலை செய்தால், மொத்த கட்டுமானச் செலவில் 10% இதற்கு மட்டுமே தேவைப்படும்.

வெளிப்புறச் சுவரின் பூச்சில் பூஞ்சை வளர வாய்புள்ளது. உட்புறத்தில் பூச்சின் மீது நம் விரல் படவும், நாம் சாய்ந்து கொள்ளவும் நேரிடும். அதனால் இது அழுக்காகவும், மோசமாகவும் தெரியும். எனவே ஒவ்வொரு ஆண்டும் கணிசமான செலவு செய்து பூச்சின் மீது வண்ணம் தீட்ட வேண்டி இருக்கும்.

இது சமையலறை மற்றும் குளியலறை போன்ற இடங்களுக்கு பயனுள்ளதாக இருக்கும். ஆனால் மற்ற இடங்களுக்கு பூசப்படாத செங்கல் சுவர்களே சிறந்தவை.

சில கட்டுமானப் பொருட்களை, அவற்றின் தன்மையை மாற்றாமலேயே நேரடியாக கட்டுமானத்தில் பயன்படுத்தலாம். அவற்றை குடைந்தோ அல்லது வெட்டியோ, மனை இடத்திற்கு எடுத்துச் சென்றாலே போதும். ஒரு சில பொருட்களை வெட்டி வடிவப்படுத்தினாலே பயன்படுத்த முடியும். மற்ற பொருட்களை அவற்றின் இயற்கைத் தன்மையில் இருந்து முற்றிலும் மாற்றி அமைத்தால் தான் பயன்படுத்தவே முடியும். எடுத்துக்காட்டாக, சில சுண்ணாம்புக் கற்களை அப்படியே வெட்டி எடுத்து, கட்டுமானக் கற்களாகப் பயன்படுத்தலாம். அவற்றை சூளையில் எரித்து சுண்ணாம்பாக மாற்றினால், மண்ணோடு கலந்து சாந்தாகவும், பூச்சாகவும் அல்லது வண்ணப் பூச்சாகவும் பயன்படுத்தலாம். அவற்றோடு மற்ற பல பொருட்களை சேர்த்து உற்பத்தி ஆற்றல் மிகுதியாகப் பயன்படுத்தினால், நம்மால் சிமிட்டியைக் கூட உருவாக்க முடியும்.

நாம் சமீபக் காலங்களில் சுண்ணாம்பு, கருங்கல் போன்ற பொருட்களை மிகக் குறைவாகவே பயன்படுத்துகிறோம். சிமிட்டிக்கு நிகராக சாந்துகளுக்கும், பூச்சுகளுக்கும், சுண்ணாம்பு ஏற்ற தரம் வாய்ந்த பொருளாகினும், நாம் சிமிட்டியையே அவற்றிற்கு மிகுதியாக பயன்படுத்துகிறோம்.

படத்தில் உள்ளது போல கொரியாவில் இருந்து சிமிட்டியை இறக்குமதி செய்ய, இந்தியா பெருமளவில் பணத்தையும், ஆற்றலையும் செலவு செய்கிறது. சிமிட்டி மிக அவசியமாக இருக்கும் இடங்களில் மட்டும் அதனைப் பயன்படுத்தினால், கட்டுமானச் செலவை நாம் பெருமளவில் குறைக்கலாம். மனை இடங்களிலேயே நாம் சுண்ணாம்பைத் தயாரிக்க முடியும் என்பதால், போக்குவரத்து மற்றும் கட்டுமானச் செலவினை பெருமளவில் குறைக்கலாம்.

சிமிட்டி X
ரூ.

சுண்ணாம்பு ✓
ரூ.

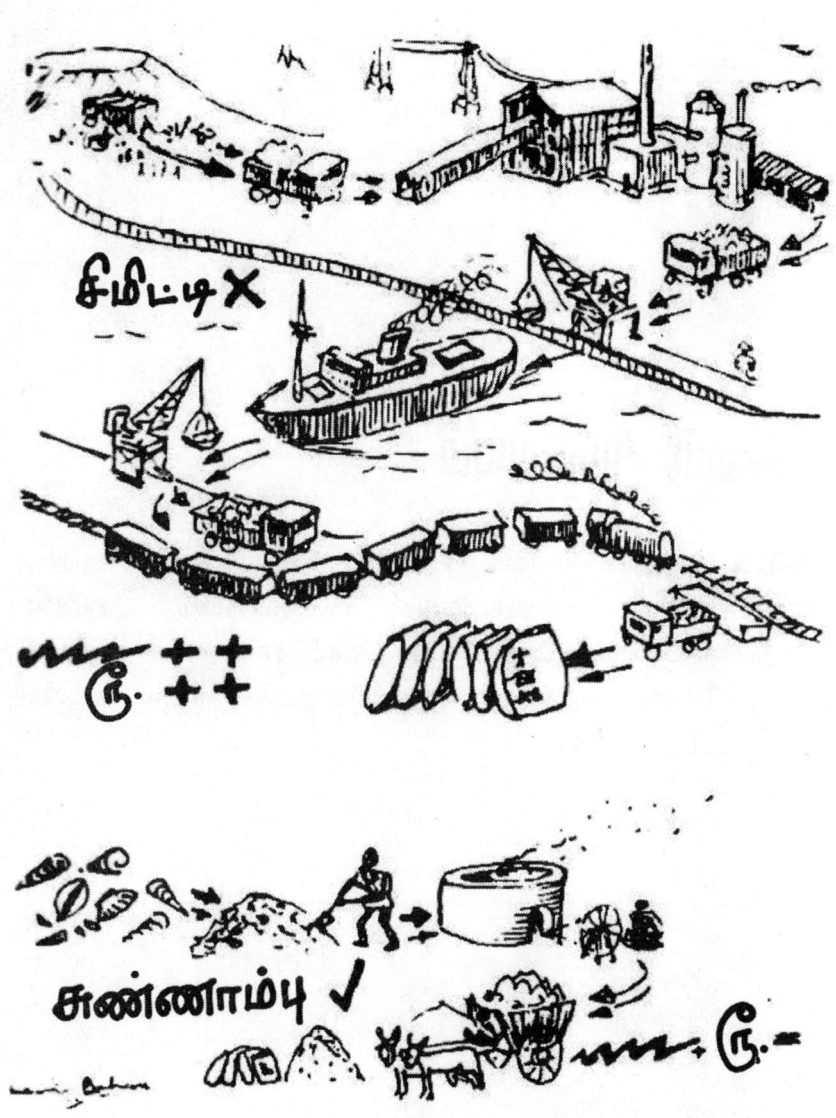

எஃகும் சிமிட்டியும்

சிமிட்டி மற்றும் கம்பியை உற்பத்தி செய்ய ஆதீத ஆற்றல் (எரிபொருள்) தேவைப்படுவது மட்டுமல்லாமல், காற்றும் பெருமளவில் மாசுபடுகிறது. மேலும் தொழிற்சாலையைச் சுற்றிலும், தேவையில்லாத அழுக்கான கழிவுப்பொருட்கள் மலை அளவில் கொட்டப்படுகின்றன.

சுண்ணாம்பு

சுண்ணாம்பு தயாரிக்க பெரும்பாலும் எந்த ஆற்றலும் தேவை இல்லை. சிமிட்டிக்கு மாற்றாக சுண்ணாம்பைப் பயன்படுத்துங்கள்.

சிமிட்டி மற்றும் சுண்ணாம்பு, இரண்டுமே சுண்ணாம்புக்கல் மற்றும் கிளிஞ்சல் சிப்பிகளில் இருந்தே உருவாக்கப்படுகின்றன. சுண்ணாம்பை ஒரு மண் சூளையில் எரிக்கலாம். எரியும் செயல்முறையை தொடங்குவதற்கு ஒரு கைப்பிடி அளவு நிலக்கரி மட்டுமே போதும். சுண்ணாம்புக்கல் எரிந்து குளிர்ந்த பின்னர், எஞ்சியிருப்பதில் இருந்து நமக்கு கட்டுமானத்திற்குப் பயன்படும் சுண்ணாம்பு கிடைக்கிறது.

சாந்து, பூச்சு மற்றும் கற்காரை (concrete) போன்ற அனைத்து வேலைப்பாடுகளுக்கும் சிமிட்டி மற்றும் சுண்ணாம்பு—இவற்றில் எதைப் பயன்படுத்தினாலும் இறுதியில் இரண்டின் வலிமையும் ஒரே மாதிரியாக தான் இருக்கும்.

பயன்பாட்டினைப் பொருத்து மாறும், பல்வேறு விதமான சாந்துகளை இந்த அட்டவணை காண்பிக்கிறது.

அண்மையில் சிமிட்டியும் மணலும் மட்டுமே பெரும்பாலான இடங்களில் பயன்படுத்தப் படுகின்றன. இவற்றை கலந்து பயன்படுத்துவது எளிது. மேலும், இது விரைவாக கெட்டியாகும். சிமிட்டி மற்றும் மணல் சாந்தினைப் போலவே, சுண்ணாம்பு மற்றும் மணல் சாந்தும் வலுவானது. எனினும் இவை கெட்டியாக மாற கூடுதல் நேரம் தேவைப்படும். இதைப் போலவே சுண்ணாம்பு, செங்கல் பொடி மற்றும் மணல் கொண்டு உருவாக்கப்படும் சாந்து, வலுவானதாக இருக்கும். எனினும் இதுவும் கெட்டியாக மாற கூடுதல் நேரம் தேவைப்படும். இந்த சாந்து வகைகளோடு சிறிதளவு சிமிட்டியைச் சேர்த்தால், இவை கெட்டியாக மாறுவதற்கு ஆகும் நேரத்தையும் குறைக்கலாம். இந்த சாந்து வகைகள் எல்லாம் அட்டவணையில் காண்பிக்கப்பட்டுள்ளன.

(பலவீனமான சாந்து வகைகளை கடைக்காலுக்கும் தரை தளம் அமைக்கவும் பயன்படுத்தலாம்.)

	சிமிட்டி	சுண்ணாம்பு	செங்கல் பொடி	மணல்
வலுவான சாந்து (Rs +)	1	-	-	6
சாதாரண சாந்து (Rs -)	1	-	-	8
பலவீனமான சாந்து (Rs -)	1	-	-	10
வலுவான சாந்து (Rs +)	-	1	-	2
சாதாரண சாந்து (Rs -)	-	1	-	3
வலுவான சாந்து (Rs +)	-	1	2	4
சாதாரண சாந்து (Rs -)	-	1	2	6
வலுவான சாந்து (Rs +)	1	3	-	12
சாதாரண சாந்து (Rs -)	1	4	-	14
பலவீனமான சாந்து (Rs -)	1	5	-	16
வலுவான சாந்து (Rs +)	1	2	4	18
சாதாரண சாந்து (Rs -)	1	2	4	20

1 சிமிட்டி மற்றும் மணல்
சிமிட்டி 1 பங்கு: மணல் 8 பங்கு

இது விரைவாக இறுகும் தன்மைக் கொண்டது. வேறு எதுவும் கிடைக்கவில்லை என்றால் மட்டுமே சிமிட்டி சாந்தை பயன்படுத்தவும்.

2 சுண்ணாம்பு மற்றும் மணல்
சுண்ணாம்பு 1 பங்கு: மணல் 3 பங்கு

இது மெதுவாக இறுகும் தன்மைக் கொண்டது, ஆனால் வலுவானது. இதை அனைத்து வகையான செங்கல் கட்டு வேலைகளுக்கும் பயன்படுத்தலாம்.

3 சுண்ணாம்பு, சிமிட்டி, மற்றும் மணல்
சிமிட்டி 1 பங்கு : சுண்ணாம்பு 4 பங்கு : மணல் 14 பங்கு

இது சிமிட்டி சாந்தை போலவே விரைவாக இறுகும் தன்மைக் கொண்டது. சுண்ணாம்பு சாந்தை விட விரைவாக இறுக வேண்டுமென்றால் இதைப் பயன்படுத்தலாம்.

4. சுண்ணாம்பு, செங்கல் பொடி மற்றும் மணல்

சுண்ணாம்பு 1 பங்கு : செங்கல் பொடி 2 பங்கு : மணல் 6 பங்கு

இது சுண்ணாம்பை விட விரைவாக இறுகும் தன்மை கொண்டது. இது தூய சுண்ணாம்பு கலவையை விட சற்று வலிமையானது மற்றும் விரைவாக இறுகக் கூடியது.

5. சுண்ணாம்பு, செங்கல் பொடி, சிமிட்டி மற்றும் மணல்

சிமிட்டி 1 பங்கு : சுண்ணம்பு 2 பங்கு : செங்கல் பொடி 4 பங்கு : மணல் 20 பங்கு

இது சிமிட்டி சாந்தைப் போலவே விரைவாக இறுகும் தன்மை கொண்டது. இது சிமிட்டி சாந்தை தவிர, மேலே உள்ள எல்லாவற்றையும் விட விரைவாக இறுகும் தன்மை கொண்டது.

6. மண் மற்றும் தண்ணீர்

செங்கல் தயாரிக்க பயன்படுத்தும் மண்ணை, தண்ணீருடன் கலந்து மண் சாந்தை மாற்றி பயன்படுத்தலாம். இதனை நேரடியாக மழை, வெயில் அதிகம் படாத அனைத்து வகை 9 அங்குல சுவர்களுக்கும் பயன்படுத்தலாம்.

கதவுகளுக்குச் சட்டகங்கள் தேவை இல்லை. சில பலகைகளை மூட்டுவாயில் (strap) கொண்டு ஒன்றாக இணைத்து, கீல் (hinge) பொருத்தி வலுவான கதவாக உருவாக்க முடியும். கதவின் மீது சிறிய துளைகள் இட்டு, எளிய வடிவங்கள் தரலாம். ஒரு சாதாரண கதவின் செலவில், பாதி அளவே இதற்கு ஆகும்.

அதே முறையில் சில பலகைகளை மர மூட்டுவாயில் கொண்டு இணைத்தால், அது இன்னும் எளிமையாகவும், விலைக் குறைவாகவும் இருக்கும்.

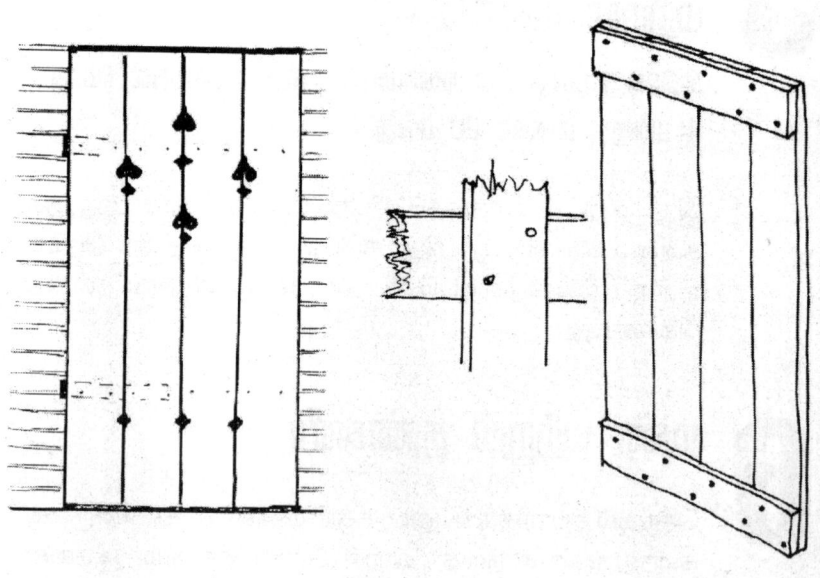

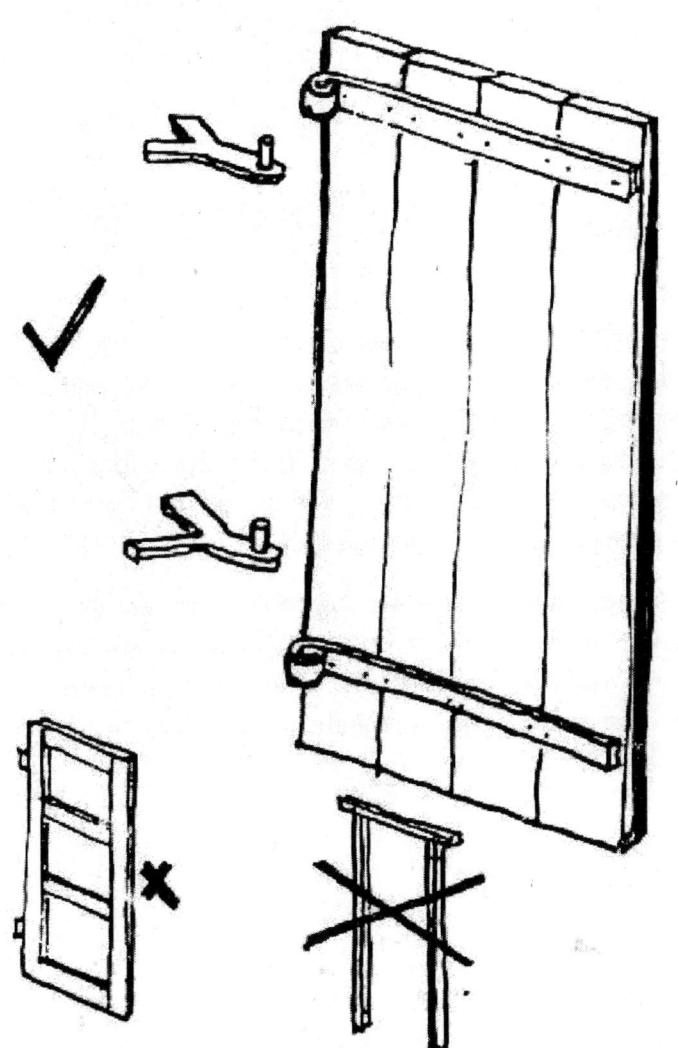

ஒரு சாளரத்தில் உள்ள சட்டகம், திரை, கண்ணாடி மற்றும் இரும்புக் கம்பிகள் அனைத்தும் மிகவும் விலை உயர்ந்தவை. ஒரு எளிய 1" தடிமன் மற்றும் 9" அகலம் கொண்ட மரத்தாலான பலகையின் இரு முனைகளிலும் வட்டமாக நீட்டியுள்ள பிடியின் மீது, 2 மரத்துண்டுகளை (30 அல்லது 35செ.மீ. நீளம், 8செ.மீ. அகலம்) பொருத்தினால் உங்களுக்கான சாளரம் உருவாகிவிடும்.

அது திறந்திருக்கும் போது கூட, இரண்டு 4 அங்குல திறப்புகளுக்கு இடையே யாரும் உள்ளே நுழைய முடியாது. எனவே இதற்கு இரும்புக் கம்பிகள் தேவையில்லை. பெரிய சாளரம் தேவை என்றால் இதே அமைப்பில் ஒரு வரிசையில் 2 அல்லது 3 பலகைகளை பொருத்த வேண்டும்.

Rs +
Rs –

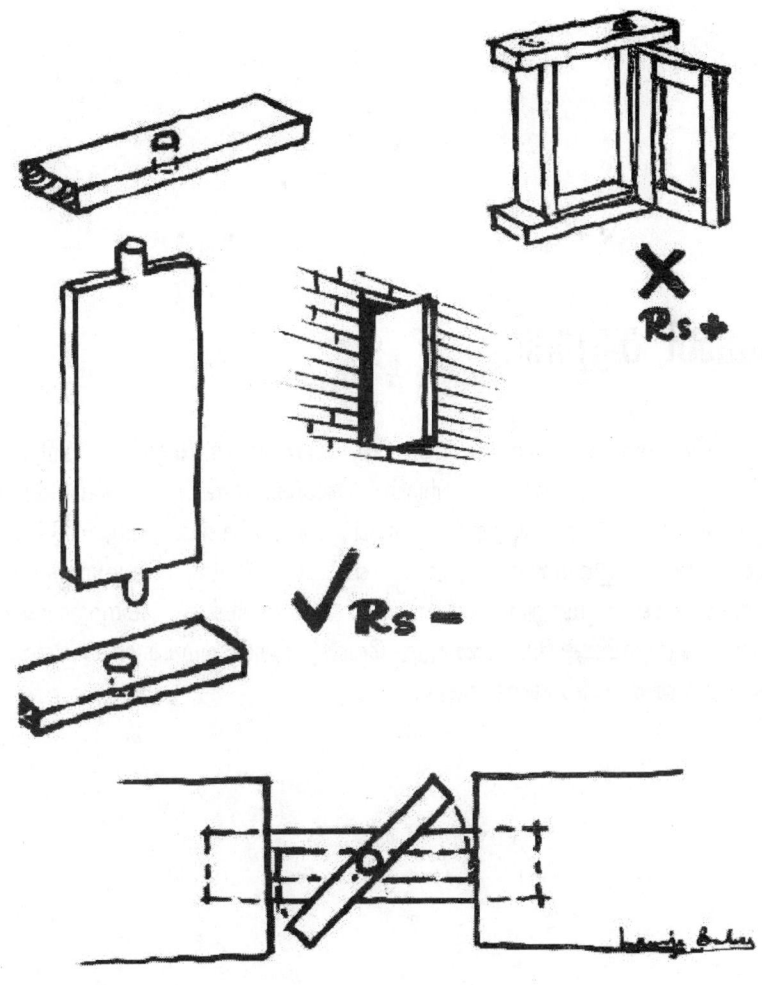

வேலி கற்கள்

சில பகுதிகளில் கற்கள் பெரிய பாறைகளிலிருந்து பிரித்து எடுக்கப்பட்டு, தூண்கள் மற்றும் பலகைகளாகப் பயன்படுத்தப் படுகின்றன. இந்த கற்கள் வேலி அமைக்கவும் பயன்படுத்தப் படுகின்றன. இவற்றை திறப்பு விட்டம் (lintel), அலமாரிகள், இருக்கைகள் மற்றும் சாளரக் கம்பிகளுக்கு மாற்றாகவும் பயன்படுத்தலாம். சிறிய உடைந்த வேலி கற்கள் வழக்கமாக மிகவும் குறைந்த விலையில் கிடைக்கும்.

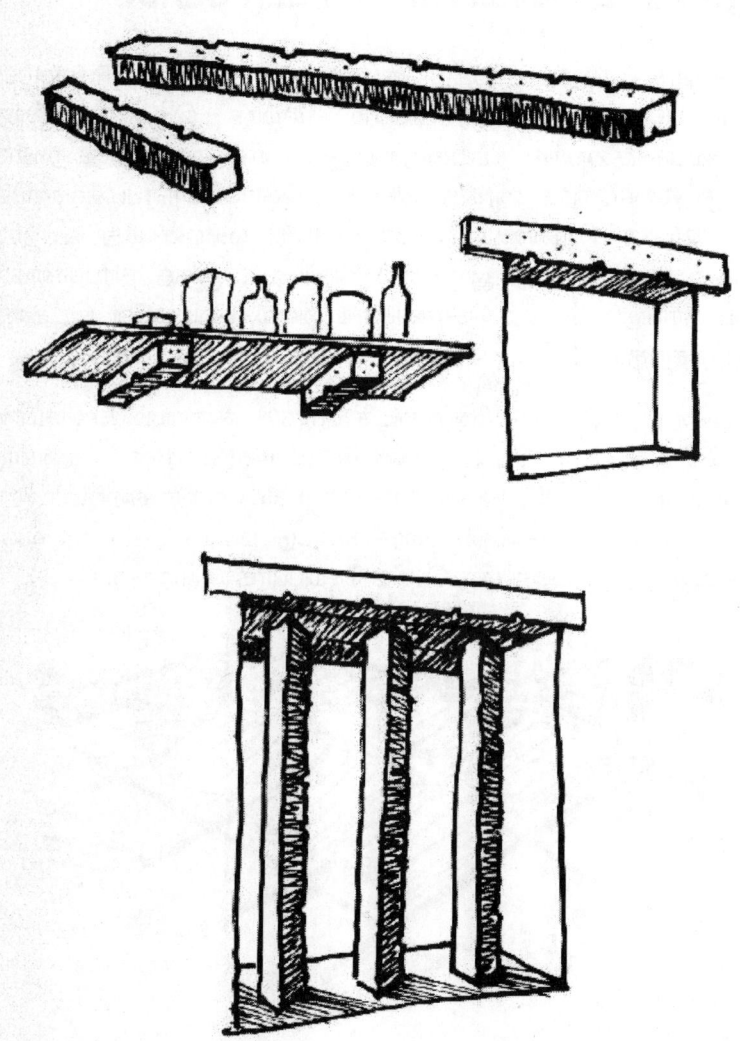

நிரப்புப் பலகங்கள் (FILLER SLABS)

பொதுவாக வலுவூட்டப்பட்ட கற்காரைக் (RCC - Reinforced Cement Concrete) கூரை மிகவும் கனமாக இருக்கும். இந்த எடையைக் குறைக்க, கம்பிகளுக்கு இடையில் எடைக் குறைவான பொருட்களை, கற்காரைக்கு பதிலாக ஆங்காங்கே நிரப்ப வேண்டும். சீமை ஓடுகள் இரண்டை (Mangalore tiles) ஒன்றன் மீது ஒன்றாக வைத்து, கம்பிகளுக்கு இடையில் நிரப்பவும். இந்த நிரப்பான்கள் எடை தாங்கும் வலிமை கொண்டவை அல்ல; வெறுமனே இடத்தை நிரப்புவதற்கு மட்டுமே.

இம்முறையினால் கூரையின் எடை சுமார் 30% குறையும். கணிசமான அளவில் கம்பி, சிமிட்டி, மணல் போன்றவற்றின் பயன்பாடு குறைவதால், இதன் செலவும் 30% முதல் 35% வரை குறையும். ஒரு வீட்டின் மொத்த செலவில் கூரைக்கு மட்டுமே 20% முதல் 25% வரை செலவு ஆவதால், இது ஒரு பெரிய சேமிப்பாக இருக்கும்.

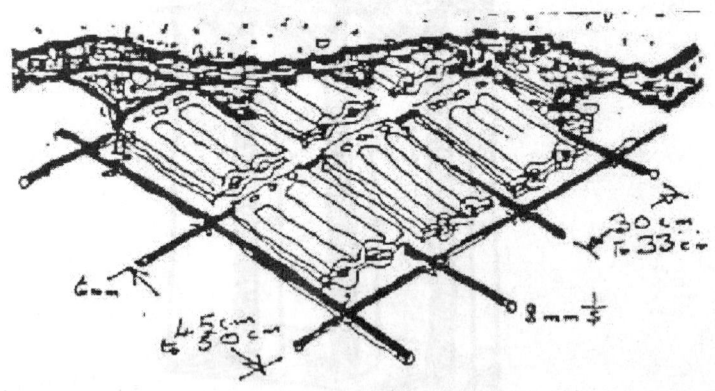

அறையின் நீளத்திற்கு ஏற்றது போல கம்பியின் கனத்தை தேர்ந்தேடுக்கவும். கம்பிகளின் இடைவெளியை நிரப்பான்களின் அளவைப் பொறுத்து மாற்றலாம்.

Tile
083
8mm Tor Steel
FILLER SLAB
50cm
1·00 cm
1m² grid
6 panels
30 cm
Coffer Slab
is costly because of the extra
shuttering

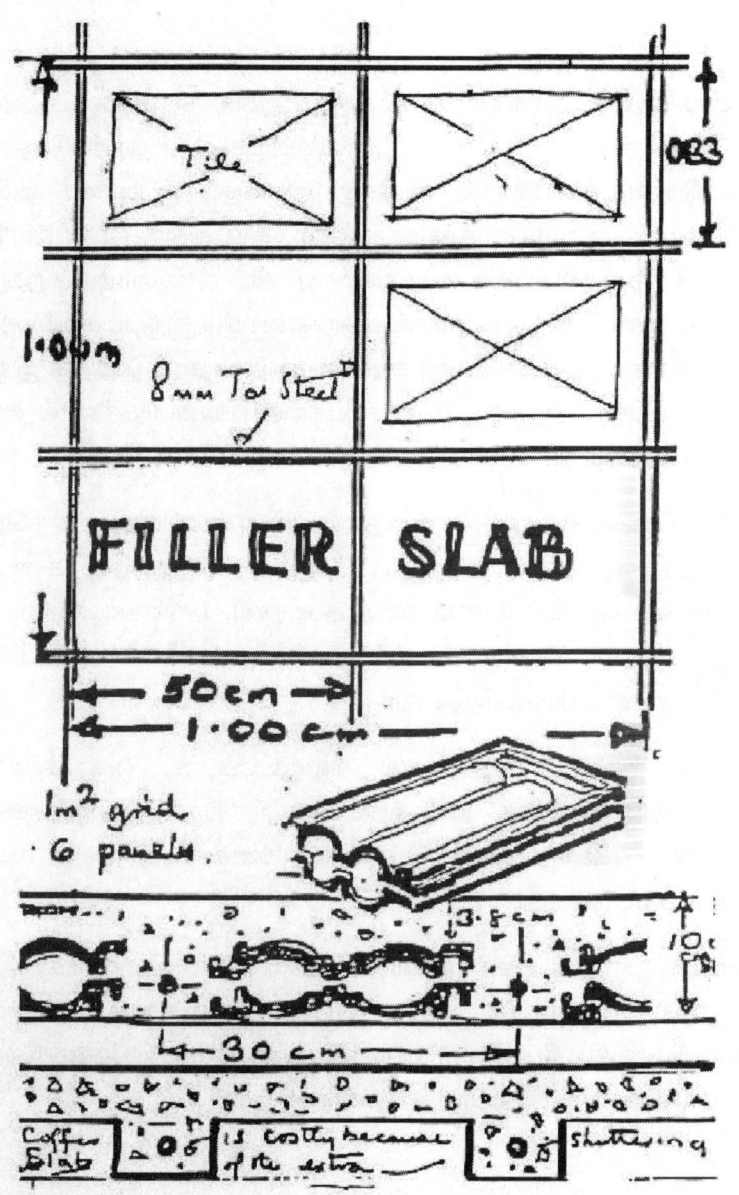

நல்ல வலுவான மூங்கில் கிடைக்கும் பகுதிகளில், வலுவூட்டத்திற்கு கம்பிகளுக்கு பதிலாக மூங்கில்களைப் பயன்படுத்தலாம். கட்டுமானத்தில் இரும்பு கம்பிக்கு இருக்கும் இழுவிசை வலிமை (tensile strength) ஏறத்தாழ மூங்கில் சிம்புக்கும் (split bamboo) இருக்கிறது. சிமிட்டிக் கற்காரையை விட சுண்ணாம்பு கற்காரை விலை குறைவானது. சுண்ணாம்பு கற்காரையில் இரும்பு கம்பி அரித்து போகக் கூடும். சுண்ணாம்பு கற்காரையை வலுவூட்டுவதற்கு இரும்பு கம்பிகளுக்கு பதிலாக மூங்கில் சிம்புகளைப் பயன்படுத்தினால், அவை உள்ளே அரித்துப் போகாது.

இதில் இருக்கும் ஒரே ஒரு குறைபாடு என்னவெனில், எந்தெந்த மூங்கில் வகைகள் அரித்துப் போகாது என்பதைக் கண்டறிய அனுபவம் தேவை. மேலும் சிறிய கூரைகள், பரண்கள், மேடைகள், இருக்கைகள் போன்ற அனைத்திற்கும் மூங்கிலால் வலுவூட்டப்பட்ட கற்காரையை பயன்படுத்தலாம்.

இந்த வரைபடம் மூங்கிலால் வலுவூட்டப்பட்ட ஒரு கற்காரை பலகத்தின் குறுக்கு வசத்தைக் காட்டுகிறது. இதில் மூங்கில் சிம்புகள் எவ்வாறு ஒன்றோடு ஒன்று இணைக்கப்பட்டுள்ளன என்பது காட்டப்பட்டுள்ளது.

சிமிட்டி மற்றும் கம்பி ஆகிய பொருட்களை உருவாக்க, அதிக ஆற்றல் தேவைப்படும். எனவே நாட்டின் நலனுக்காக, சுண்ணாம்பு மற்றும் மூங்கில் போன்ற எரிபொருள் ஆற்றல் அதிகம் தேவையில்லாத பொருட்களைப் பயன்படுத்த வேண்டும்.

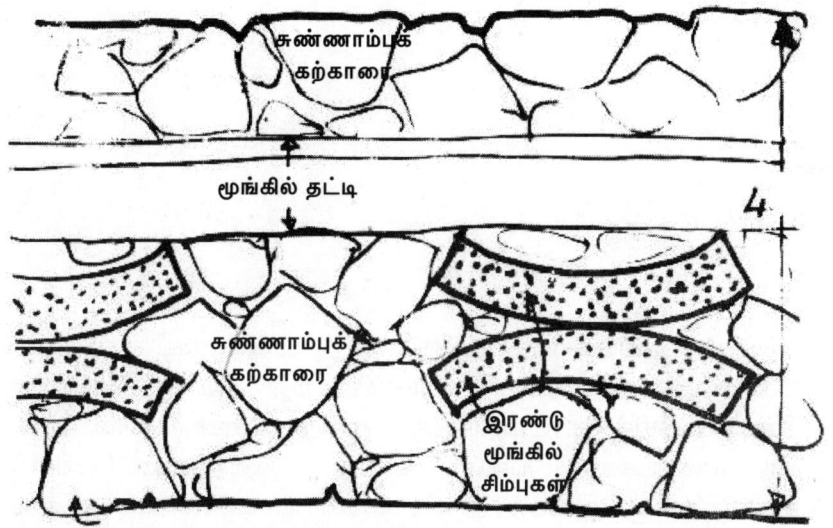

மூங்கில் சிம்புகளால் வலுவூட்டப்பட்ட ஒரு சுண்ணாம்புக் கற்காரை பலகத்தின் குறுக்குவசப் படம் இது.

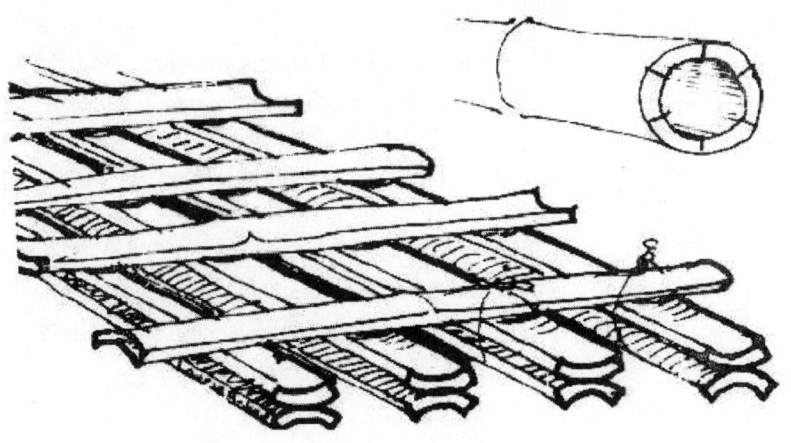

நல்ல மூங்கில்களை, இருவேறு பாதிகளாகப் பிளந்து, கைச்சட்டங்களாக (rafter) சுவர்களின் மீது அமர்த்த வேண்டும். பின்பு படத்தில் காட்டியுள்ளபடி, மூன்று செங்கற்களால் ஆன சிறு பலகங்களை முன்பே செய்து, இவற்றினை மூங்கில் கைசட்டங்களுக்கு மேல் அடுக்க வேண்டும். கடைசியாக மூங்கில் கைச்சட்டங்களுக்குள் கம்பிகளை வைத்து, செங்கல் பலகங்களுக்கு மேல் பகுதியிலும் இடையிலும் கற்காரையைக் கொண்டு படத்தில் உள்ளவாறு நிரப்ப வேண்டும்.

இது வலுவூட்டப்பட்ட செங்கல்-கற்காரை பலகத்தின் (Reinforced Brick Concrete slab - RBC) எளிமையான வகை ஆகும்.

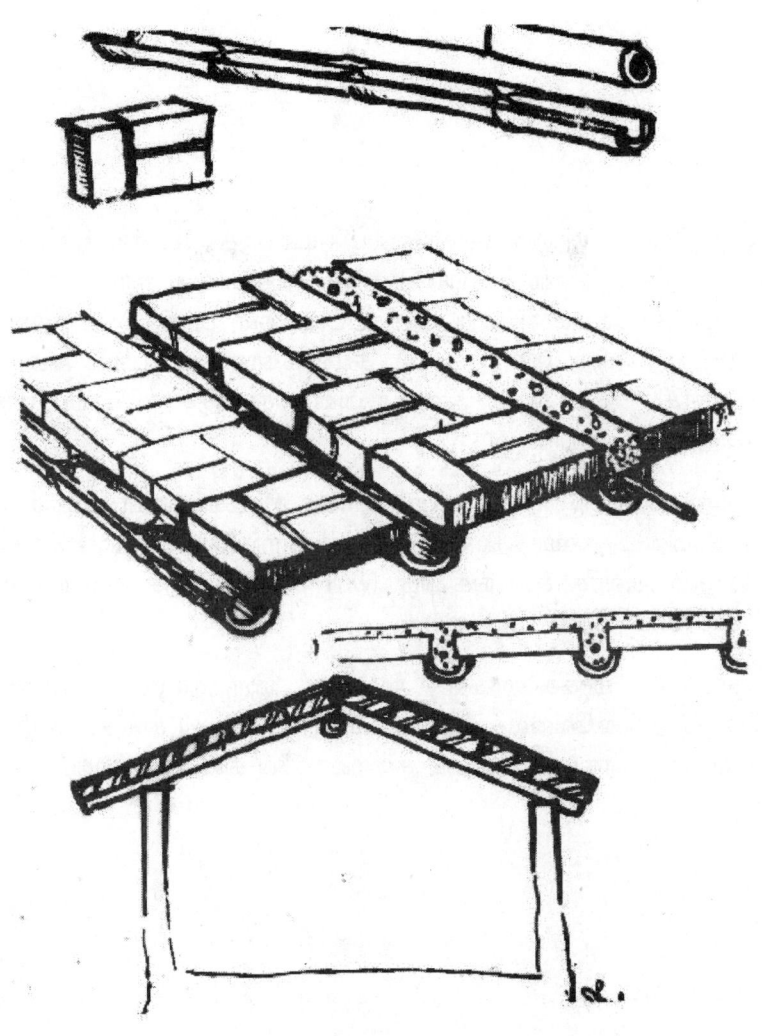

ஒரு இரம்பம் மற்றும் சுத்தியலைப் பயன்படுத்தக்கூடிய எவராலும், அதிக பட்சம் 12 அடி அகலம் கொண்ட ஒரு மரக் கூரையை எளிதில் அமைக்க முடியும். மூன்று மரச்சட்டங்களை படத்தில் உள்ளவாறு ஒன்றோடு ஒன்று இணைத்தால், கூரைக்கான அடிப்படை அமைப்பு தயாராகி விடும். இந்த அமைப்பினைத் தாங்குச் சட்டகம் (truss) என்று அழைக்கலாம்.

தனித்தனியாக இருக்கும் இந்த தாங்கு சட்டகங்களை வரிசையாக கூரையின் மீது அமர்த்தி, நெடு சட்டங்களால் (purlin) இணைத்தாலே போதும். சுவர்ச் சட்டங்களோ (wall plate) முகடுச் சட்டங்களோ (ridge rafter) தேவை இல்லை.

பாரம்பரிய மரக்கூரைகள் அழகாக இருந்தாலும் அவற்றைச் செய்ய அதிக வேலைத் தேவைப்படுகிறது. மேலும் காடுகள் அழிந்து வருவதால் மரக்கட்டைகளும் குறைவாகவே கிடைக்கின்றன.

3m x 100mm x 30mm
3.9m x 60mm x 30mm
10'-6" (3200)

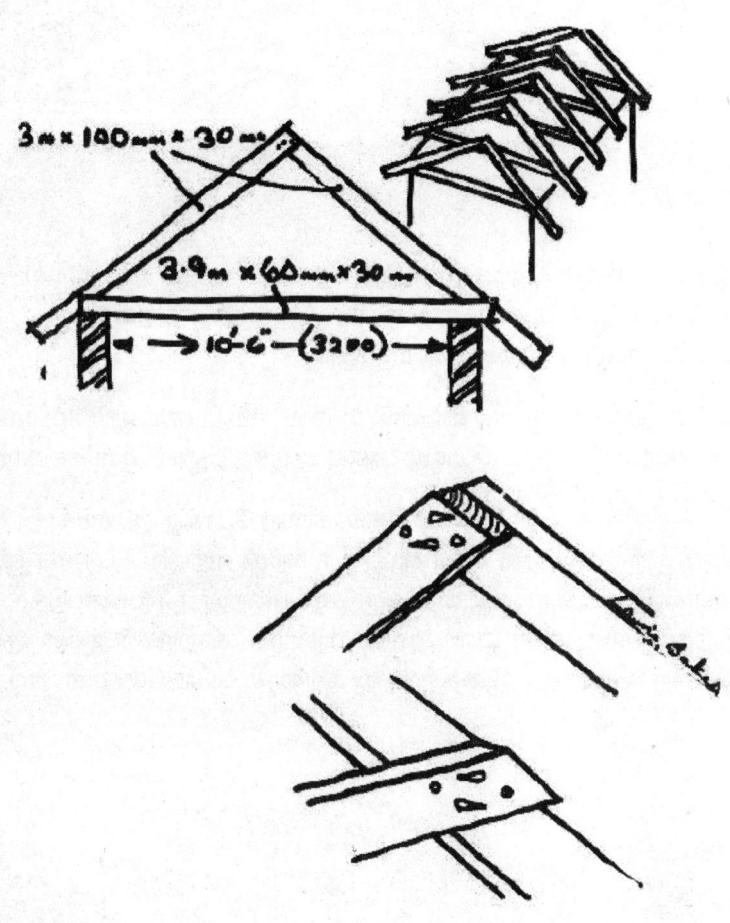

இந்த படங்கள் ஆழ்குழி கழிப்பறையைப் (deep pit latrine) பற்றி விவரிக்கின்றன. பாறைகள் நிறைந்த இடங்களைத் தவிர மற்ற எல்லா இடங்களுக்கும் இவைப் பொருந்தும்.

இதன் குழிகள் வட்ட வடிவில் 3 அடி விட்டத்துடனும் (diameter), உங்களால் தோண்ட இயலும் அளவு ஆழத்துடனும் இருக்கலாம்.

இந்த குழியை, மலம் கழிப்பதற்கும், காற்று போக்கு குழாய்க்கும் (vent pipe) இரு துளைகள் கொண்ட, ஒரு கற்காரை நிரப்புப் பலகத்தைக் கொண்டு மூடினால், இதை ஒரு கழிப்பறையாகப் பயன்படுத்தலாம். இந்தப் பலகத்தின் ஒரு துளை வழியாக காற்று போக்கு குழாய் ஒன்றை அமைத்து, இதைச் சுற்றி சுவரைக் கட்டி கொள்ளலாம்.

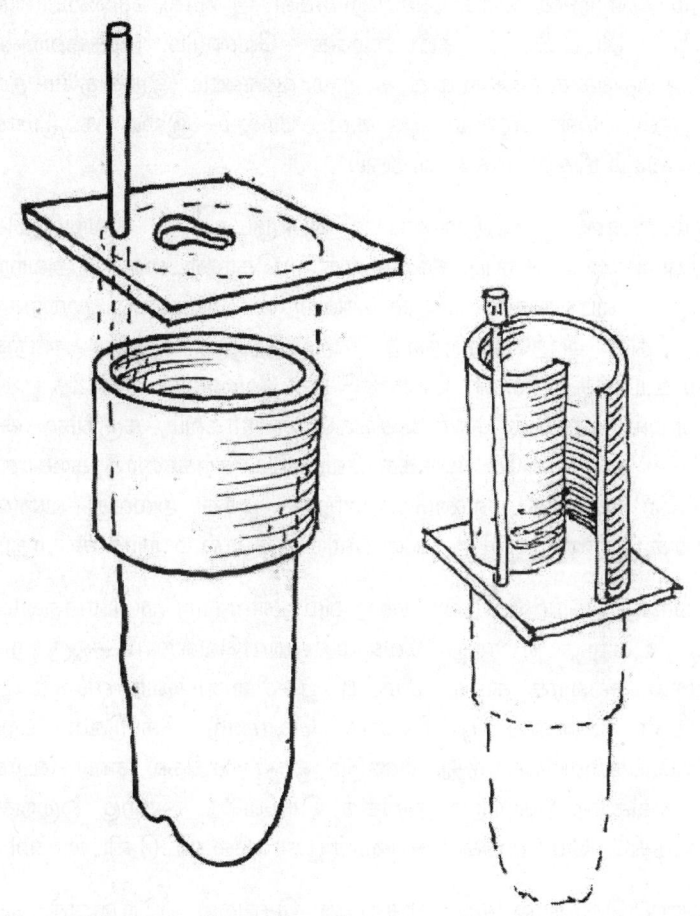

183

கட்டடக்கலைஞர்கள் மற்றும் பொறியாளர்கள் தாங்கள் வடிவமைக்கும் கட்டடங்களில் தேவையில்லா தகிடுத்தத்தங்களை வெறும் தோற்றத்திற்காக செய்கிறார்கள். ஆனால் தேவையானதை மட்டுமே திட்டமிட்டு, கட்டமைக்க வேண்டும். தேவையில்லா தகிடுத்தத்தங்கள் கண்ணைக் கவரும் வண்ணம் இருக்குமே தவிர, அவற்றால் பயன் எதுவும் இல்லை. மேலும் இவை கட்டுமானச் செலவையும் மிகுதியாக உயர்த்தும்.

பெரும்பாலான கட்டுமானப் பொருட்கள் அவற்றிற்கென தனித்துவமான சிறப்பம்சங்களைக் கொண்டவை. அவற்றின் நிறங்கள், வடிவங்கள் மற்றும் அவற்றின் பிணைப்பு முறைகளே கட்டடத்தின் புறத்தோற்றத்தை மேம்படுத்தும். எனவே அவற்றை விலை உயர்ந்த பூச்சுகள் கொண்டு பூச வேண்டாம். எவ்வித பூச்சும் இல்லாமல் செங்கல் சுவர் செங்கல் சுவராகவும், கருங்கல் சுவர் கருங்கல் சுவராகவுமே இருக்க வேண்டும். கற்காரைக் கற்காரைப் போன்றே இருக்க வேண்டும். மாறாக பூச்சு அல்லது வண்ணப் பூச்சைக் கொண்டு பூசி அதனை பளிங்கு போல் மாற்றக் கூடாது.

கட்டுமானத் தொழிலில் நடைமுறையில் உள்ள ஒரு முட்டாள்தனமான விலை உயர்ந்த ஏமாற்று வேலை என்னவென்றால்—ஒரு நல்ல செங்கல் சுவரைக் கட்டி, சிமிட்டி பூச்சினை சுவர் எங்கும் பூசி, அத்துடன் வண்ணப் பூச்சினைக் கொண்டு கோடுகள் மற்றும் செவ்வகங்களை வரைந்து, மீண்டும் ஒரு செங்கல் சுவர் போன்று அந்த சுவரைத் தோற்றம் அளிக்க செய்வதே. அதற்கு ஒழுங்காக ஆரம்பத்திலேயே செங்கல் சுவரைப் பூசாமலே விட்டு விடலாமே!

இவ்வாறு செய்தால் ஒரு சாதாரண செங்கல் வீட்டினைக் கட்டி, அதன் அழகை பூச்சு ஏதும் இல்லாமல் அப்படியே ரசிக்கும் உங்கள் பக்கத்து வீட்டு நபரைக் காட்டிலும், நீங்கள் உங்கள் வீட்டுக்கு 10% அதிக செலவு செய்ய வேண்டி இருக்கும்.

மேலே இடது புறத்தில் உள்ள படமானது, சுவர் மேல் இருக்கும் எவ்வகைக் கூரை நீட்டிப்பும் சுவரைப் பாதுகாக்கப் பயன்படும் என்பதை காண்பிக்கிறது.

மாறாக வலது புறத்தில் உள்ள படமானது, பொறியாளர்கள் மற்றும் கட்டடக்கலைஞர்கள் விரும்பும் வலுவூட்டப்பட்ட கற்காரையால் ஆன தேவையற்ற தகிடுத்தத்தங்களைக் காண்பிக்கிறது. உத்தரங்கள் (beam) தேவையில்லாமல் நீட்டப்பட்டும் தடிமன் உயர்த்தப்பட்டும் இருக்கும். வலுவூட்டப்பட்ட கற்காரைத் தூண்களுக்கு இடையில் உள்ள இடங்களில் பொருத்தப்படும் சரிவான கற்காரைப் பலகங்கள் விலை அதிகமாக இருக்கின்றன. மேலும் அவற்றில் அழுக்கு தூசி ஆகியவை சேர்கின்றன.

நூற்றில் தொண்ணூற்று ஒன்பது இடங்களில், மூன்று அடுக்கு வரை உயரம் உள்ள சாதாரண வீடுகள் மற்றும் அடுக்கு மாடி குடியிருப்புகளுக்கு, முழுமையாக வலுவூட்டப்பட்ட கற்காரைச் சட்டகக் கட்டமைப்பு (RCC framed structure) தேவையற்றதாகவே இருக்கின்றது. சாதாரண 9” செங்கல் சுவர் கட்டுமானமே பெரும்பாலான கட்டடங்களுக்குப் போதுமானதாக இருக்கும். இந்த சுவர்கள் எவ்வித வலுவூட்டப்படட் கற்காரை தூண்களின் உதவியும் இன்றி கட்டடத்தின் சுமையைத் தாங்கி நிற்கும். வலுவூட்டப்பட்ட கற்காரைத் தூண்கள் வீண் செலவு ஆகும்.

Rs ++
Rs +
Rs –

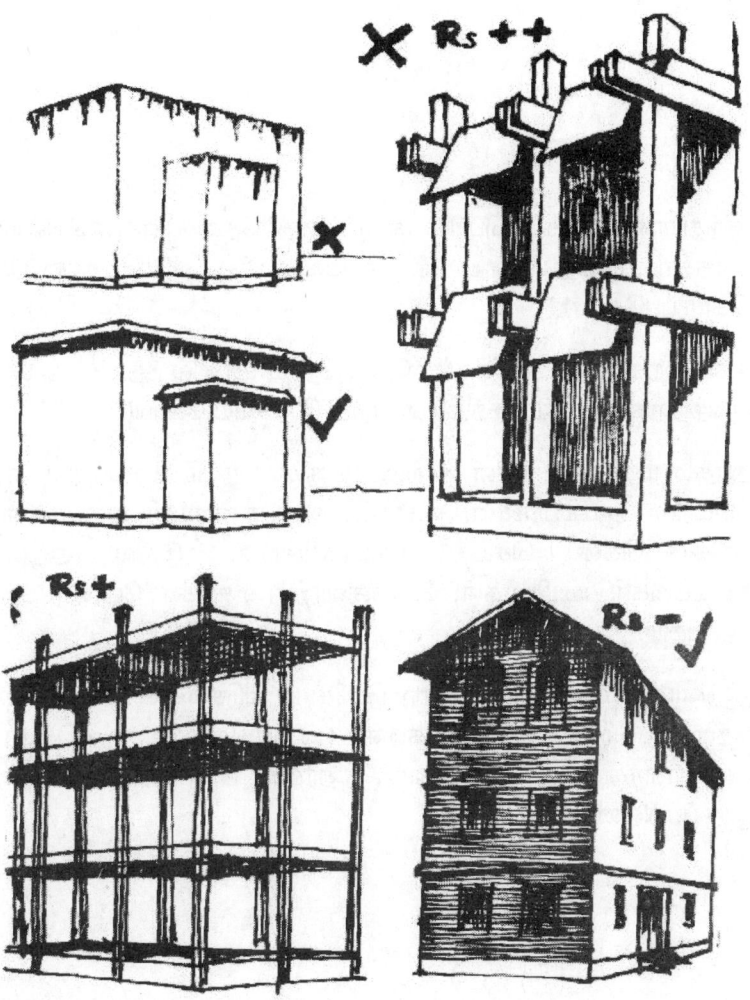

இந்தியாவின் மிகப் பெரிய கட்டுமானத் தேவை என்னவென்றால், ஏறத்தாழ மூன்று கோடி வீடற்ற மக்களுக்கு வீடுகள் அமைத்துக் கொடுப்பதே.

அவற்றைக் கட்டமைக்கப் போகிறோம் எனில் நாம் அவசியம் அவற்றிற்கான நிதி வசதிகளை ஏற்பாடு செய்ய வேண்டும்.

அரசும் மற்ற கட்டுமான அமைப்புகளும் 'நிறுவும் செலவுகள்' என்ற பெயரில் ஆடம்பரமான உள்கட்டமைப்புகளையும் வசதிகளையும் தங்களுக்கென செய்து கொள்கின்றன. இதில் அலுவலக கட்டடங்கள், ஊழியர்கள், போக்குவரத்து வசதிகள் போன்ற பலவும் அடங்கும்.

இதனால் எளிமையான இரண்டு கோடி வீடுகளைக் கட்டமைக்கத் தேவைப்படும் பொருட்களை வாங்கவும், கட்டுமானப் பணியாளர்களுக்கு சம்பளம் தரவும் போதுமான பணம் இருப்பதில்லை.

விலை உயர்ந்த அடுக்குமாடி குடியிருப்புகளுக்கு மாறாக, பயன்செலவு திறன்மிக்க அடிப்படை வசதிகள் கொண்ட வீடுகளைக் கட்டினாலே, இரண்டு கோடி வீடற்ற குடும்பங்களுக்கான வீடுகள் கட்டித் தர வேண்டும் என்ற இலக்கை நம்மால் அடைய முடியும்.

இதை நாடு முழுவதும் செயல்படுத்த தலைமைப் பொறுப்பில் ஒரு நல்ல நிர்வாகத் திறன் கொண்ட அதிகாரி தேவை; கட்டடக்கலைஞரோ, பொறியாளரோ தேவை இல்லை. இரண்டு கோடி வீடுகளை கட்டும்போது, மனை இடங்களுக்கு அருகாமையிலேயே விலை மலிவான கட்டுமானப் பொருட்களைத் தேடி கொள்முதல் செய்யும் குழுக்களை இந்த நிர்வாகி தன் விரல் நுனியில் வைத்திருக்க வேண்டும். கொள்முதல் செய்யும் இந்தக் குழுக்களும், கட்டடக்கலைஞர்கள் மற்றும் பொறியாளர்களைக் கொண்டதாக இருக்காது. அடுத்தக் கட்டமாக, நாடு முழுவதும் வீடுகளைக் கட்டி எழுப்புவதற்கு பொருத்தமான மனை இடங்களைத் தேர்ந்தெடுக்க சில ஆய்வாளர்கள் தேவை. பின்னர் இந்தத் திட்டத்திற்கு, சம்பந்தமான பண பரிவர்த்தனைகளை கண்காணிக்கவும், கையாளவும் சில கணக்கர்கள் தேவை. கடைசியாக, மேற்கூறிய அனைவரைக் காட்டிலும் முக்கியமாக விளங்கும் கொத்தனார்களும், கட்டடப் பணியாளர்களும் அதிகளவில் தேவைப் படுவர். இம்மாதிரியான ஒரு அமைப்புக்கு அடுக்குமாடி அலுவலகங்களோ, விலையுயர்ந்த மகிழுந்துகளோ தேவை இல்லை. வெறும் ஒரு சில பொது வாகனங்களும் சரக்குந்துகளுமே போதுமானதாக இருக்கும்; கட்டட ஒப்பந்ததாரர்களும் பொறியாளர்களும் கூடத் தேவை இல்லை.

மொத்தத்தில், நாடு முழுவதும் இரண்டு கோடி குடும்பங்களுக்கு அழகான திறன் வாய்ந்த வீடுகளைக் கட்டித் தர, நமக்கு பணம், நிலம், பொருட்கள், மனிதவலிமை மற்றும் அதிகளவில் நம் ஈடுபாடு மட்டுமே தேவை.

Rs+
Rs−

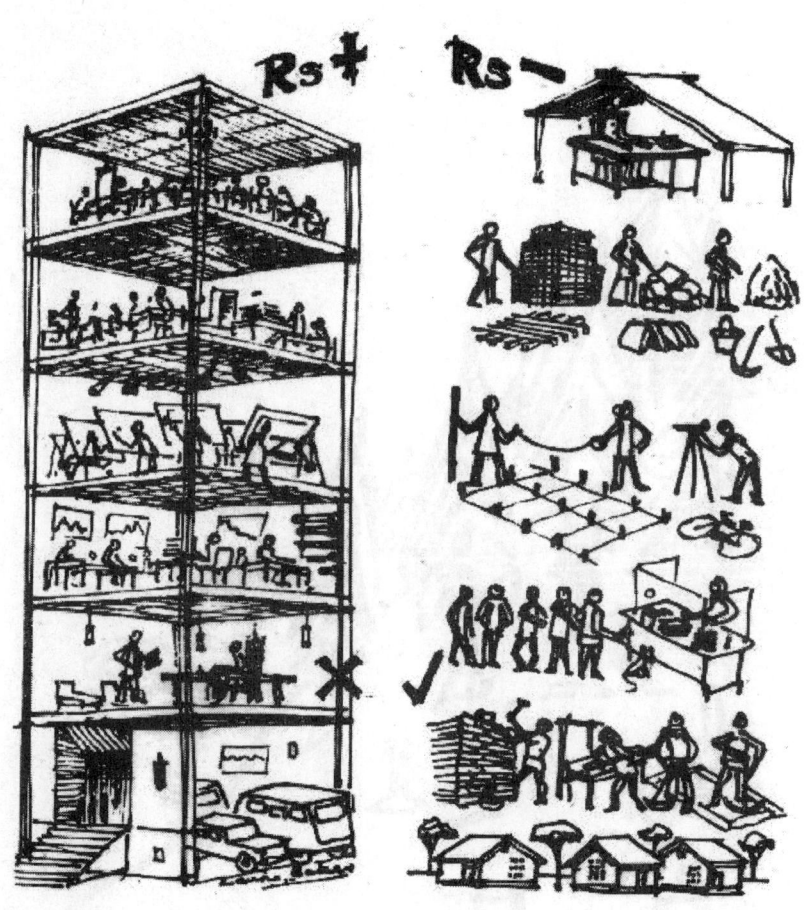

கட்டுமானத்திற்குத் தேவையான மரக்கட்டைகளுக்காக நாம் காடுகளை அழிக்கிறோம். ஆனால் அதற்கிணையாக புதிய மரங்களை நட வேண்டும்.

எஃகு தயாரிக்க தேவைப்படும் இரும்புக்காகவும், சிமிட்டி தயாரிக்க தேவைப்படும் சுண்ணாம்புகல்லுக்காகவும்—இது போன்ற மற்ற கட்டுமானப் பொருட்களைத் தயாரிக்கத் தேவைப்படும் வேறு பல மூலப்பொருட்களுக்காகவும் மலைகள் அழிக்கப்படுகின்றன. ஒருமுறை அழித்து விட்டால் மலைகளை மீண்டும் உருவாக்கவே முடியாது.

பின்வரும் பக்கத்தில் இருப்பது ஒரு விருப்பத் தேர்வு அட்டவணை ஆகும். அது பெரிதளவில் விளக்கமாக இல்லை எனினும்—கடைக்கால்கள், சுவர்கள், கதவுகள், கூரைகள் போன்ற ஒரு வீட்டின் பல்வேறு முக்கியமான பாகங்களைக் காண்பிக்கிறது.

ஒரு கட்டடத்தைக் கட்டுவதற்குத் தேவையான வெவ்வேறு மாற்று கட்டுமான முறைகளை இந்த அட்டவணை அருகருகில் காண்பிக்கிறது. மிகவும் எளிமையான மற்றும் விலை மலிவான முறைகளில் இருந்து விலை உயர்ந்த முறைகள் வரை, இடதுபுறத்தில் இருந்து வலதுபுறம் வரை இருப்பதை இங்கு காணலாம். ஒவ்வொரு அணி வரிசையின் மேல் இருக்கும் '₹' எனும் எழுத்து ரூபாயைக் குறிக்கின்றது. ஒரு '₹' என்பது குறைந்த விலையையும் '₹₹₹₹₹' என தொடர்ந்து ஐந்து '₹' இருந்தால் அவை அதிக விலையையும் குறிக்கும். விலைகள் இடத்திற்கு ஏற்பவும் காலத்துக்கு ஏற்பவும் மாறும். ஆகவே, எந்தெந்தப் பொருட்கள் விலை அதிகமாக இருக்கும் என்றும் எவை குறைவாக இருக்கும் என்றும் தோராயமாகவே சுட்டிக் காட்ட முடியும்.

விருப்பத் தேர்வு என்பதே இதில் முக்கியமான வார்த்தை ஆகும். பொருட்கள் மற்றும் நுட்பங்களின் விருப்பத் தேர்வு உங்களுடையதே. இடது அல்லது வலது புறத்தில் இருக்கும் ஒரு முழு அணிவரிசையை நீங்கள் அப்படியே தேர்வு செய்ய வேண்டும் என்பதில்லை. ஒவ்வொரு கிடைவரிசையிலும் இருக்கும் ஓரிரு நுட்பங்களை நீங்கள் தேர்வு செய்யலாம். மிகுதியாக நிதிகள் இருந்தால் நீங்கள் சற்று வலதுபுறத்தில் இருந்து தேர்வு செய்யலாம். உங்கள் நிலம் வலுவற்றதாக இருந்தாலும் நீங்கள் கடைக்காலுக்கு '₹₹₹₹₹'-வை தேர்வு செய்யலாம். ஆனால் முதன்மைச் சுவர்களுக்கு வெறும் '₹'- வையே தேர்வு செய்ய வேண்டும். நீங்கள் சாளரத்துக்கு பதிலாக ஜாலிகளைத் தேர்வு செய்தால் சாளர அணிவரிசையில் '₹' எனும் குறியீடே வராது. இவ்வாறே நீங்கள் கட்டுமான முறைகளை தேர்வு செய்ய வேண்டும்.

நம் தேர்வுகள் அனைத்தும் வலதுபுற அணிவரிசைகளில் இருந்தால், இரண்டு கோடி வீடுகளை நம்மால் நிச்சயம் கட்ட முடியாது என்று நாம் புரிந்துக் கொள்ள வேண்டும்.

	₹	₹₹	
கடைக்கால் & அடிப்பீடம்	மூங்கிலால் வலுவூட்டப்பட்ட சுண்ணாம்புக் கற்காரை	மண் சாந்து கொண்ட கருங்கல் கொத்துவேலை	
சுவர்கள்	பசுமக்கல், வைக்களி, அழுத்திய மண் கல்	மண் சாந்து கொண்ட கருங்கல்/செம்புரைக்கல் கொத்துவேலை + கீறிப்பூச்சு	
சாந்து/கலவை	மண்	சுண்ணாம்பு-மணல்	
பூச்சு வேலை	பூச்சு இல்லாமல்	செங்கல் சுவரின் மேல் சுண்ணாம்பால் வெள்ளை அடித்தல்	
கதவு மற்றும் சாளரச் சட்டகங்கள்	சட்டகங்கள் இல்லாமல்	உள்ளூர்/நாட்டு மரங்கள்	
கதவு மற்றும் சாளரத் திறப்புகள்	சாளரங்களுக்கு பதிலாக செங்கல் ஜாலிகள்	ஒற்றைப் பலகை திறப்பு	
தரை தளம்	செங்கல் துண்டுகளாலான தளத்தின் மேல் சுண்ணாம்பு-செங்கல் பொடி பூச்சு	செங்கல் துண்டுகளாலான தளத்தின் மேல் சிமிட்டிப் பூச்சு	
தரைப் பலகங்கள்	மரப் பலகைகளால் ஆன தளம்	நிரப்புப் பலகம்	
கூரை	மூங்கில் அமைப்பின் மேல் புல்/ஓலை வேய்வு	மரச் சட்டகங்களின் மேல் சீமை ஓடுகள்	

₹₹₹	₹₹₹₹	₹₹₹₹₹
சுண்ணாம்பு/சிமிட்டி சாந்து கொண்ட கருங்கல் கொத்துவேலை	கற்காரைத் தளத்தின் மேல் செங்கல் கொத்துவேலை	கற்காரைத் தளத்தின் மேல் சிமிட்டி சாந்து கொண்ட கருங்கல் கொத்துவேலை
மண் சாந்து கொண்ட செங்கல் கொத்துவேலை + சிமிட்டி கீறிப்பூச்சு	சிமிட்டி/சுண்ணாம்பு சாந்து கொண்ட செங்கல் கொத்துவேலை	சிமிட்டி கற்கள் மற்றும் பிற விலை உயர்ந்தக் கற்கள்
சுண்ணாம்பு-செங்கல் பொடி	சுண்ணாம்பு-சிமிட்டி-மணல்	சிமிட்டி-மணல்
மண்-சுண்ணாம்பு-மாட்டு சாணம்	சுண்ணாம்பு-சிமிட்டி-மணல்	சிமிட்டி-மணல்
பலா, அஞ்சலி மரங்கள்	உலோகச் சட்டகங்கள்	கற்காரைச் சட்டகங்கள்
ஒட்டுப் பலகை திறப்பு	மரப் பலகை	கண்ணாடி-மரப் பலகை
செங்கல் துண்டுகளாலான தளத்தின் மேல் சுட்ட மண் தரை ஓடுகள்	கற்காரைத் தளத்தின் மேல் ஆக்சைட் பூச்சு	கற்காரைத் தளத்தின் மேல் மொசைக் தரை
செங்கற்களால் ஆன இரட்டை வளைவுக் கூரை	முன்புனைக்கப்பட்டக் கூரை வகைகள்	வலுவூட்டப்பட்டக் கற்காரை பலகம்
நிரப்புப் பலகம்	முன்புனைக்கப்பட்டக் கூரை வகைகள்	வலுவூட்டப்பட்டக் கற்காரை பலகம்

	INEXPENSIVE →	→	→	→	EXPENSIVE
Foundation & Basement	Mud with Bamboo Reinforcement	Stone in Mud	Stone in Lime or Cement Plaster	Brick in Cement Mortar on a Concrete base	Stone in Cement Mortar on a Concrete base
Main Walls	Mud, Pisé, Roly-Poly, Compressed Blks	Laterite or Stone in Mud or pointed	Brick in Mud & Cement Point	Brick in Cement or Lime Mortar	Cement & other fancy Blocks in Cm
Mortars	Mud	Lime & Sand	Lime & Surkhi & Sand	Lime & Cement & Sand	Cement and Sand
Plasters & Wall finishes	No Plaster	Lime wash over brick or mud	Earth dung + Lime	Lime Cement & Sand	Cement + Sand
Door and Window Frames	No Frame	Country Wood	Jack, Anjili etc.	Metal frames	R.C Frames
Door and Window Shutters	Brick Jali	Single Plank	Board & Batten	Wood Panel	Glass & wood Panel
Flooring	Lime & Surkhi over Brick Bats	Cement Plaster over Brick Bats	Burnt clay Tile over Brick Bats	Black or Red oxide & Cement plaster over Concrete	Mosaic over Concrete
Floor between 2 Storeys	Planks over Timber joists	R.C.C. Filler Slab	Double Formwork Shell on ribs	Various Prefab Units	R.C.C Slab
Roofing	Thatch on Bamboo	Mangalore Tile on Timber	R.C.C Filler Slab	Various Prefab Units	R.C.C Slab

இரண்டு கோடி வீடற்ற குடும்பங்கள் உள்ளன! எனவே, கட்டுமானச் செலவுகளைக் குறைத்து அவர்களுக்காக தற்பொழுது வீடுகளைக் கட்டுங்கள்.

அரவிந் மனோகரன்
தமிழாக்கம்

கட்டடப் பொறியாளர். மரபுக் கட்டுமான ஆர்வலர் ஆன இவர் மரபுக் கட்டடங்களைப் பற்றிய கற்றலிலும் அதனை அனைவருக்கும் பகிரும் பணியிலும் தன்னை முழுமையாக ஈடுபடுத்திக் கொண்டு செயலாற்றி வருகிறார்.

பரத் ராஜு
தமிழாக்கம்

கட்டடப் பொறியாளர். கலைகளிலும், தொழிநுட்பங்களிலும் ஆர்வம் கொண்ட இவர், கண்ணில் தென்படுவதைக் கொண்டு தனது கைகளால் வியப்பூட்டும் பொருட்கள் செய்பவர். மரபுக் கட்டுமானக் கலையில் அதிக ஆர்வம் கொண்டவர்.

அறிவுக்கரசி மணிவண்ணன்
தமிழாக்கம்

கட்டடக்கலைஞர். கவிதாயினி. துளிரும் மொழிபெயர்ப்பாளர். எழுத்தில் மாய வித்தைகளை அவ்வப்போது வெளிப்படுத்தும் வித்தைக்காரர். தனது எழுதுகோலில் இருந்து சொற்களை சரளமான வரிகளாய்க் கோர்க்கும் பல்திறன் வாய்ந்த எழுத்தாளர்.

ச. மணிவண்ணன்
மெய்ப்புப் பார்த்தல்

பொறியாளர் (பணி ஓய்வு), பெல் நிறுவனம், திருச்சி. தமிழ்ப் பற்றாளர். பேச்சாளர் மற்றும் எழுத்தாளர். நேர்மறை சிந்தனையாளர். அகவை அறுபதிலும் அயராது பயணிக்கும் இவர், தன் வசம் வரும் புதிய கருத்துகளையும், கொள்கைகளையும் ஆதரித்து வருபவர்.

சாருஹாசன்
புத்தக வடிவமைப்பு

கட்டடக்கலைஞர். மாவிலைக் குழுவின் விகடகவி. குழு உரையாடல்களை தன் நயத்தால் லேசாக்கும் வேடிக்கையான நபர். சாதாரண விஷயங்களை தன் வடிவமைப்பின் மூலம் அசாதாரணமாக்கும் திறன்மிகு வடிவமைப்பாளர்.

கௌஷிக் ஸ்ரீநிவாஸ்
அட்டை வடிவமைப்பு & ஒருங்கிணைப்பு

கட்டடக்கலைஞர். மாவிலையின் விதை. நையாண்டியிலும் நக்கலிலும் நாயகர். கண்ணைக் கவரும் வரைகலைகளை உருவாக்கும் ஒப்பற்ற வரைகலைஞர். மாவிலையின் உயிரோட்டத்திற்கு அயராது உழைப்பவர்.

ஆசிரியர் லாரி பேக்கர்

லாரி பேக்கர் எனும் லாரன்ஸ் வில்ஃப்ரட் பேக்கர் ஒரு கட்டடக்கலைஞர், வரிவடிவக் கலைஞர் மற்றும் மனிதநேயவாதி ஆவார். மகாத்மா காந்தியை சந்தித்த பிறகு, அவர் கொள்கைகளால் பெரிதும் ஈர்க்கப்பட்ட லாரி பேக்கர், இந்தியாவிலேயே நிரந்தரமாக வசித்து பணிபுரிய துவங்கினார். 1970-களில் இருந்து, வளங்குன்றா மற்றும் பயன்செலவுக் கட்டடங்களை லாரி பேக்கர் கேரளாவில் கட்டி வந்தார். கேரளாவின் மறைந்த முன்னாள் முதலமைச்சரான C. அச்சுதா மேனன், பொருளாதார நிபுணரான K.N. ராஜ் மற்றும் லாரி பேக்கர் ஆகிய மூவரும் இணைந்து COSTFORD (Centre of Science and Technology for Rural Development) எனும் அமைப்பினை 1985-ல் நிறுவினர். அனைவருக்கும் வீட்டு வசதி வேண்டும் என்ற தனது கருத்தைக் கொண்டு, எளிய வீடுகள் அமைப்பதைப் பற்றி பல நூல்களை படைத்தார் லாரி பேக்கர். 2007-ஆம் ஆண்டில் மறைந்த லாரி பேக்கர், இறுதிவரை ஒரு எளிமையான வாழ்க்கையையே வாழ்ந்து வந்தார். இந்நாள் வரை லாரி பேக்கர் விட்டுச் சென்ற மரபை, செயல்முறை வழியில் COSTFORD அமைப்பும், கல்வி வழியில் LBC அமைப்பும் (Laurie Baker Centre for Habitat Studies) தலைமுறை தலைமுறையாக நிலைநாட்டி வருகின்றனர்.